എറണാകുളം സൗത്ത്

ernakulam south
stories
•
s r lal
•
first chintha edition
may 2018
•
typesetting & published
chintha publishers, thiruvananthapuram
•
cover
ambish

വിതരണം
ദേശാഭിമാനി ബുക്ക് ഹൗസ്
H O തിരുവനന്തപുരം-695 035
phone: 0471-2303026, 6063026
www.chinthapublishers.com
chinthapublishers@gmail.com

ബ്രാഞ്ചുകൾ
ഹെഡ്ഡാഫീസ് ബ്രാഞ്ച് കുന്നുകുഴി • സ്റ്റാച്യു തിരുവനന്തപുരം • കെ എസ് ആർ ടി സി ബസ് സ്റ്റേഷൻ ആലപ്പുഴ • കെ എസ് ആർ ടി സി ബസ് സ്റ്റേഷൻ എറണാകുളം • ഐ ജി റോഡ് കോഴിക്കോട് • മാവൂർ റോഡ് കോഴിക്കോട് • എൻ ജി ഒ യൂണിയൻ ബിൽഡിങ് കണ്ണൂർ • സെൻട്രൽ ബസ് ടെർമിനൽ കോംപ്ലക്സ് താവക്കര കണ്ണൂർ

CO - 2688 / 4662
ISBN - 978-93-87842-37-3

എറണാകുളം സൗത്ത്

കഥകൾ

എസ് ആർ ലാൽ

ചിന്ത പബ്ലിഷേഴ്സ്
തിരുവനന്തപുരം-695 035

എസ് ആർ ലാൽ

തിരുവനന്തപുരം ജില്ലയിലെ കോലിയക്കോട്ട് ജനിച്ചു. അച്ഛൻ: ആർ സോമശേഖരൻ നായർ, അമ്മ സി എ രേണുകാദേവി. കേന്ദ്രസാഹിത്യ അക്കാദമി പുരസ്കാരം, അബുദാബി ശക്തി അവാർഡ്, സിദ്ധാർത്ഥ സാഹിത്യ പുരസ്കാരം, വെള്ളനാട് നാരായണൻ പുരസ്കാരം, ആലിയാട് ജി മാധവൻപിള്ള പുരസ്കാരം തുടങ്ങിയവ ലഭിച്ചിട്ടുണ്ട്. കേരള സ്റ്റേറ്റ് ലൈബ്രറി കൗൺസിലിന്റെ മുഖപത്രമായ *ഗ്രന്ഥാലോകം* മാസികയിൽ അസിസ്റ്റന്റ് എഡിറ്ററായി ജോലിചെയ്യുന്നു.

കൃതികൾ: ഭൂമിയിൽ നടക്കുന്നു, ജീവിതസുഗന്ധി, കോഫി ഹൗസ് (കഥകൾ), *ജീവചരിത്രം, കളിവട്ടം, സ്റ്റാച്യു പി ഒ* (നോവൽ), *കുഞ്ഞുണ്ണിയുടെ യാത്രാപുസ്തകം* (നോവൽ/ബാലസാഹിത്യം) *തകഴി* (ജീവചരിത്രം), *നര - മലയാളത്തിലെ വാർദ്ധക്യ കഥകൾ, 13 നവകഥകൾ, ജലത്തിൽ മത്സ്യമെന്നപോൽ* (എഡിറ്റർ) എന്നീ പുസ്തകങ്ങൾ പ്രസിദ്ധീകരിച്ചിട്ടുണ്ട്.

ഭാര്യ : ബിലു വി ബി
മക്കൾ : ഭരത് ലാൽ, ഭഗത് ലാൽ
വിലാസം : നീലാംബരി
കാവറ, വെഞ്ഞാറമൂട്,
തിരുവനന്തപുരം 695607
ഫോൺ : 9446552417
ഇമെയിൽ : essar.lal@gmail.com

ഉള്ളടക്കം

പ്രസാധകക്കുറിപ്പ്

കഥ പറച്ചിലിന്റെ മാന്ത്രികവടി കൈവശമുള്ള എഴുത്തുകാരനാണ് എസ് ആർ ലാൽ. ബഹിഷ്കൃതരായ മനുഷ്യരും അവരുടെ സങ്കടങ്ങളും എസ് ആർ ലാലിന്റെ കഥകളിൽ ജീവൻ വയ്ക്കുന്നു. നഗരത്തിലായാലും നാട്ടിൻപുറത്തായാലും സങ്കടങ്ങളുടെ മഹാസമുദ്രങ്ങൾ അലയിളക്കുന്നത് ഒരുപോലെയാണ്. ശീർഷക കഥയിലൂടെ നിങ്ങളൊന്നു സഞ്ചരിക്കൂ. ആ കഥയ്ക്കുള്ളിൽ എന്തൊക്കെ വികാരങ്ങളാണ് ഒതുക്കിവച്ചിരിക്കുന്നത്? മലയാള ചെറുകഥകളിൽ മികച്ചവയ്ക്കൊപ്പം ഈ കഥ നമുക്ക് ചേർത്തുവയ്ക്കാം. മനുഷ്യജീവിതത്തെ സമഗ്രതയോടെ ആവിഷ്കരിക്കാൻ അതിന്റെ സൂക്ഷ്മതലങ്ങൾ ആദ്യം തൊടണം. വായനയുടെ വൈവിദ്ധ്യങ്ങളാണ് ഈ ചെറുകഥാ സമാഹാരം നിങ്ങൾക്കു മുന്നിൽ തുറന്നുവയ്ക്കുന്നത്.

ചിന്ത പബ്ലിഷേഴ്സ്

കഥയിലേക്കുള്ള പാതകൾ

എന്റെ കഥയിൽ പശ്ചാത്തലമായിവരുന്ന ഭൂപ്രകൃതിക്ക് പരിചയമുള്ള, സഞ്ചരിച്ച സ്ഥലരാശികളുമായി അടുപ്പമുണ്ടല്ലോ എന്ന് ഒരാലോചനയിൽ തോന്നി. ഈ സമാഹാരത്തിലെ മിക്ക കഥകളിലും അത് സംഭവിച്ചിട്ടുണ്ട്, മനഃപൂർവ്വമായി വരുത്തിയതല്ല, വന്നുപോയതാണ്.

ഞാൻ ജനിച്ചുവളർന്ന കോലിയക്കോടിന്റെ മണ്ണിൽ കാലൂന്നിനില്ക്കുന്നവയാണ് കോലിയക്കോട്ടെ ആൽമരവും നാട്ടിടവഴിയും. നാട്ടിടവഴിയിലെ കഥാപാത്രം നടന്നുതീർക്കുന്ന വഴികളിലൂടെ ഞാനെത്രയോ തവണ സഞ്ചരിച്ചിട്ടുണ്ട്. 'കിണറ്റിനകത്തെ മഴവില്ലി'ലെ പ്രകൃതി, ഞങ്ങളുടെ മാറാംകുന്നിന്റെ ഉച്ചിയും താഴ്‌വരകളുമാണ്. മാറാംകുന്ന് റബ്ബർ എസ്റ്റേറ്റിന്റെ അകത്തുകൂടിയുള്ള നടപ്പാത, സ്കൂൾ കുട്ടികൾക്ക് എപ്പോഴും ദുരൂഹത നിറഞ്ഞതായിരുന്നു. ഞങ്ങളുടെ ഭാവനയിൽത്തന്നെ വിരിഞ്ഞുപരന്ന, ഭയപ്പെടുത്തുന്ന കഥകൾ മാറാംകുന്നിന്റെ താഴത്തുകൂടിയുള്ള പള്ളിക്കൂടയാത്രകളെ പ്രകമ്പനംകൊള്ളിച്ചിരുന്നു.

നാട്ടിടവഴിയിലൂടെ നടന്നുപോയ കഥ ഒടുവിൽ *എറണാകുളം സൗത്തിൽ* എത്തുന്നു. മഹാനഗരങ്ങൾ നമുക്കിന്ന് വളരെ ദൂരത്തല്ലല്ലോ. കഥാസമാഹാരത്തിന്റെ പേരും സ്ഥലത്തെ അടയാളപ്പെടുത്തുന്ന ഒന്നാകട്ടെ എന്നുകരുതി.

കഥയെ സ്ഥലവുമായി ഘടിപ്പിക്കേണ്ടിവരുമ്പോഴെല്ലാം പരിചിതമായ നാട്ടുവഴിയിലൂടെയോ ഇടറോഡിലൂടെയോ നഗരത്തിലൂടെയോ ഞാനൊരു സഞ്ചാരം നടത്താറുണ്ട്. എന്റെ കഥയിലേക്കുള്ള വഴികൂടിയായിത്തീരുന്നുണ്ടാകണം, അത്.

എസ് ആർ ലാൽ

കർണ്ണപർവ്വം

ഞങ്ങളുടെ അപ്പൻ എല്ലാ പിതാക്കന്മാർക്കും മാതൃകയാകേണ്ടുന്ന ഒരാളാണ്. അപ്പൻ അത്രമേൽ കഷ്ടപ്പെട്ടാണ് ഞങ്ങളെ വളർത്തിയത്. അമ്മച്ചി മരിക്കുമ്പോൾ അപ്പന് നാല്പത്തിരണ്ടോ നാല്പത്തിമൂന്നോ വയസ്സേയുള്ളൂ. എനിക്കന്ന് പത്ത് വയസ്സുണ്ട്. എന്റെ കീഴെ ടോജോയും മീനയും. പിള്ളാരെ നോക്കാനായിട്ടെങ്കിലും പെണ്ണൊരുത്തിയെ ഒപ്പം പൊറുപ്പിക്കാൻ ബന്ധുക്കളും സുഹൃത്തുക്കളും ആവുംവണ്ണം ശ്രമിച്ചു. എന്റെ പിള്ളാരെ ഞാനൊറ്റയ്ക്ക് നോക്കുമെന്ന് അപ്പൻ തീരുമാനിച്ചു. അപ്പൻ നാടകരംഗത്ത് പൂർണ്ണമായി മനസ്സർപ്പിക്കുന്നത് അതിനു ശേഷമുള്ള കാലത്താണ്.

അപ്പന്റെ അപ്പൻ ഒരു തരികിട കക്ഷിയായിരുന്നു. ഒരുപാട് ബാദ്ധ്യതയും വരുത്തിവച്ചിട്ടാണ് അപ്പാപ്പൻ യവനികയ്ക്കു പിന്നിൽ പോയത്. അപ്പാപ്പൻ മരിച്ചതിന്റെ മൂന്നാംപക്കം മുതൽ കടക്കാർ വീട്ടിൽ കയറി വന്നു. അപ്പൻ എല്ലാവരോടും നല്ലവാക്കുകൾ പറഞ്ഞുവിട്ടു. അപ്പനെപ്പറ്റി നാട്ടുകാർക്കൊക്കെ നല്ല മതിപ്പായിരുന്നു. കടങ്ങളൊന്നൊന്നായി അപ്പൻ വീട്ടി. പിന്നീടാണ് സ്വന്തം നിലയിൽ നാടകക്കമ്പനി തുടങ്ങുന്നത്.

നാടകത്തോട് അപ്പന് വല്ലാത്ത അഭിനിവേശമായിരുന്നു. അതിനെച്ചൊല്ലി, അപ്പാപ്പനുമായി ചെറിയ തോതിൽ അഭിപ്രായവ്യത്യാസങ്ങളൊക്കെ ഉണ്ടായതായി ഓർക്കുന്നു. അപ്പാപ്പന്റെ വാക്കിനെ അപ്പൻ ധിക്കരിച്ചെന്തെങ്കിലും ചെയ്തിട്ടുണ്ടെങ്കിൽ അത് നാടകം അഭിനയിക്കുക എന്നത് മാത്രമായിരുന്നു. ചെറിയ ചെറിയ റോളുകൾ മാത്രമായിരുന്നു അപ്പനന്ന് ചെയ്തിരുന്നത്.

'കലാക്ഷേത്ര' എന്ന നാടകട്രൂപ്പിന്റെ രൂപീകരണവുമായി അപ്പൻ

ഓടി നടക്കുന്നത് ഇപ്പോഴും ഓർമ്മയുണ്ട്. എരുത്തിലിലായിരുന്നു നാടകത്തിന്റെ റിഹേഴ്സൽ. 'കളീൽ' എന്നാണ് ഞങ്ങളതിനെ വിളിച്ചിരുന്നത്. അമ്മച്ചി മരിച്ചതിനുശേഷം കളീലിൽ നിന്നിരുന്ന എരുമേനേം പശൂനേം പെറുക്കിവിറ്റു. കളീലിനോട് ചേർന്ന് രണ്ട് വിറകുപുരകളുമുണ്ടായിരുന്നു. അതിലൊന്നിൽ നടന്മാരും ഒന്നിൽ നടികളുമായിരുന്നു താമസിച്ചിരുന്നത്. ഡയലോഗ് പഠിക്കലും ഹാർമ്മോണിയം വായിക്കലും കട്ടൗട്ട് നിർമ്മിക്കലും എല്ലാം കൂടിച്ചേർന്ന് ഒരുത്സവത്തിന്റെ പ്രതീതിയുണ്ടാവും. എവിടെയും കയറിച്ചെല്ലാൻ കുട്ടികളായ ഞങ്ങൾക്ക് അനുവാദമുണ്ടായിരുന്നു. റിഹേഴ്സൽ കാണാൻ എത്രയോപേരാണ് അവിടെ വന്നിരുന്നത്.

*കർണ്ണ*നാണ് കലാക്ഷേത്രയുടെ ആദ്യനാടകം. കുന്തിയായി അഭിനയിച്ച സ്ത്രീക്ക് ചുവന്ന നിറവും ധാരാളം മുടിയും ഉണ്ടായിരുന്നതോർക്കുന്നു. അപ്പനായിരുന്നു കർണ്ണന്റെ വേഷം ചെയ്തത്. ഞാൻ അപ്പന്റെ ആരാധകനാകുന്നത് സ്റ്റേജിലൊരിടത്ത് അഭിനയിക്കുന്നത് കണ്ടപ്പോഴാണ്. സ്കൂളടച്ച സമയത്ത് ഞാനും നാടകം കാണാൻ പുറപ്പെട്ടു. ഉത്സവപ്പറമ്പിൽ സ്ത്രീകളുടെയടുത്ത് കുട്ടികൾക്കുള്ള സുരക്ഷിത സ്ഥാനത്തിരുന്നാണ് നാടകം കണ്ടത്. കുന്തീദേവി വന്ന് കർണ്ണനോട്, നീയെന്റെ മകനാണെന്നും കൗരവപക്ഷത്തുനിന്നും പിന്മാറണമെന്നുമെല്ലാം പറയുന്ന രംഗത്ത്, അപ്പന്റെ അഭിനയത്തികവിൽ മതിമറന്ന് അടുത്തിരുന്ന സ്ത്രീകൾ കരയുന്നത് ഞാൻ കണ്ടു. നാടകം കഴിഞ്ഞപ്പോൾ കർണ്ണനായി അഭിനയിച്ച നടനെ കാണാൻ സ്ത്രീകളുടെയും കുട്ടികളുടെയും പുരുഷന്മാരുടെയും വലിയൊരു കൂട്ടംതന്നെയുണ്ടായിരുന്നു. നൂറ്റമ്പതിലധികം വേദികളിൽ 'കർണ്ണൻ' കളിച്ചു. ആ നാടകത്തോടെയാണ് അപ്പന് 'കർണ്ണൻ സെബാസ്റ്റ്യൻ' എന്ന വിളിപ്പേര് വീഴുന്നത്. അതപ്പനെയും സന്തോഷിപ്പിച്ചു.

പുരാണകഥകൾക്ക് ഡിമാന്റില്ലാതായപ്പോൾ ആനുകാലിക പ്രശ്നങ്ങളും കുടുംബബന്ധങ്ങളുടെ തകർച്ചയുമെല്ലാം വിഷയമാകുന്ന നാടകങ്ങൾ അരങ്ങത്തെത്തിച്ചു. അപ്പന്റെ നാടകസംഘമാണ് ഞങ്ങളുടെ കുടുംബത്തിന്റെ ഇന്നത്തെ ഉന്നതിക്ക് കാരണമായത്. ഒരു ചില്ലിക്കാശുപോലും അപ്പൻ പാഴാക്കിക്കളഞ്ഞില്ല. മീനയെ കനത്ത സ്ത്രീധനം കൊടുത്ത് വലിയൊരു കുടുംബത്തിലേക്കു പറഞ്ഞുവിട്ടതിനും ഞങ്ങളാണ്മക്കളീ നല്ല നെലേലെത്തിയതിനുമെല്ലാം കാരണക്കാരൻ അപ്പൻ തന്നെ.

അവിചാരിതമായി സംഭവിച്ച അപകടത്തോടെയാണ് അപ്പൻ ഇരുപത് വർഷമായി കൊണ്ടുനടന്ന നാടകസംഘത്തെ പിരിച്ചുവിട്ടത്. അപ്പൻ പൂർണ്ണമായി കിടപ്പിലായി. മക്കളായ ഞങ്ങളോട് നാടകക്കമ്പനി ഏറ്റെടുത്ത് നടത്താൻ പറഞ്ഞത് സത്യമാണ്. നാടകംകൊണ്ട് പണ്ടത്തെ

പ്പോലെ നേട്ടമൊന്നുമില്ലാന്നറിയാമല്ലോ.

അപ്പൻ വീണുപോയീന്ന് വച്ച് അപ്പന്റെ കാര്യത്തീ ഒരു കൊറവും വരുത്തീട്ടില്ല. ഏറ്റവും നല്ല ചികിത്സ കൊടുത്തു. അപ്പന്റെ കാര്യം നോക്കാൻ മാത്രമായി ഒരു ഹോംനേഴ്സിനെ വച്ചു. അതോണ്ടെന്താ- മൂന്നാം കൊല്ലംതൊട്ട് അപ്പനെണീറ്റ് നടന്നു തുടങ്ങി.

അല്പമൊന്ന് ആരോഗ്യമായീന്ന് തോന്നിയപ്പൊതൊട്ട് അപ്പന് നാടകസമിതി പുനരുജ്ജീവിപ്പിക്കണമെന്നായി. അപ്പാ, അതിനി പൊല്ലാപ്പാണ്. അപ്പനെക്കൊണ്ട് നോക്കിനടത്താനൊള്ള ആവതൊന്നും ഇല്ലാന്ന് ഞാൻ തലേ കൈവച്ചു പറഞ്ഞു. ടോജോവിനെക്കൊണ്ടും മീനേക്കൊണ്ടും ഭർത്താവ് അഡ്വ. ജോയിയെക്കൊണ്ടും പറേപ്പിച്ചു. അപ്പൻ വഴങ്ങിയില്ല. അപ്പനെന്താന്നുവച്ചാ ചെയ്യട്ടേന്നങ്ങ് വിചാരിച്ചു.

ഒരു വീട് വാടകയ്ക്കെടുത്തായിരുന്നു റിഹേഴ്സൽ. *കർണ്ണനെ* 'കലാക്ഷേത്രം' വീണ്ടും അരങ്ങിലെത്തിക്കുന്നു എന്ന ബഹുവർണ്ണ പോസ്റ്റർ അച്ചടിപ്പിച്ചു. റിഹേഴ്സലൊക്കെ തീരാറായപ്പോ കർണ്ണനും കുന്തിയും സീരിയലിലേക്ക് അവസരം കിട്ടിപ്പോയി. തട്ടേക്കേറുംമുമ്പേ നാടകം പൊളിഞ്ഞു. അപ്പൻ തളരാതെ, വീണ്ടും ചിലരെ തപ്പാനൊരുങ്ങിയപ്പൊ ഞങ്ങളിടപെട്ടു. കൂടുംകുടുക്കേമെടുത്ത് സ്ഥലം വിട്ടില്ലേ സംഗതി വശക്കേടാവുമെന്ന് കനപ്പിച്ചൊരു വെരട്ട്വെരട്ടി. കൊറച്ചെണ്ണത്തിന് കാശുകൊടുക്കേണ്ടിവന്നു. ഒരൊറ്റ രാത്രികൊണ്ട് ഇരുചെവിയറിയാതെ ക്യാമ്പ് പിരിച്ചുവിട്ടു.

അപ്പൻ മൗനവ്രതവും സത്യഗ്രഹവും തുടങ്ങി. നാലാം ദിവസം ഞങ്ങളെല്ലാം കൂടിയെടുത്ത് ആശുപത്രീ കൊണ്ടുപോയി. നൂറായിരം തെരക്കിന്റെ എടേലാണ് അപ്പൻ ഞങ്ങളെക്കൊണ്ടീ നാടകം കളിപ്പിക്കണതെന്ന് ഓർക്കണം.

ആശുപത്രീന്ന് തിരിച്ചുവന്നയന്നു മൊതലാണ് പ്രശ്നങ്ങൾ സങ്കീർണ്ണമായത്. അപ്പൻ സ്വയം മറന്ന് അഭിനയം തുടങ്ങി -

എന്റെ കവചകുണ്ഡലങ്ങൾ നഷ്ടപ്പെട്ടന്നറിഞ്ഞതുകൊണ്ടുള്ള അഹങ്കാരമാണ് നിനക്കർജ്ജുനാ, ഇന്ദ്രഭഗവാന്റെ കൈയിൽനിന്നും ലഭിച്ച വൈജയന്തി എന്റെ കൈയിലുണ്ടെന്ന കാര്യം നീ മറക്കണ്ട - യുദ്ധമുഖത്തുനിന്ന് അപ്പനെന്നോട് ക്ഷോഭിച്ചു.

എടാ ഘടോൽക്കചാ എന്നലറി അഡ്വ. ജോയിക്കുനേരെ കത്തിയുമെടുത്ത് പാഞ്ഞു.

സ്വയംവരത്തിനായി കുലവില്ലെടുത്ത് കുലച്ച എന്നെ സൂതപുത്രനെന്നു പറഞ്ഞ് അപമാനിച്ചില്ലേ. ഞാനപ്പോൾ ഉള്ളിൽ കരഞ്ഞത് പുറത്തുവന്നെങ്കിൽ ഒരു പുഴയോളം വന്നേനെ - എന്റെ ഭാര്യ മൃദുലയോട് അപ്പൻ മനസ്സു തുറന്നു.

അപ്പന്റെ പ്രകടനങ്ങൾ വീട്ടിൽ മാത്രമൊതുങ്ങിയില്ല. നാടകത്തിലെ, മാർച്ചട്ടയും കവചകുണ്ഡലങ്ങളുമണിഞ്ഞ് വാളും പിടിച്ച് അപ്പൻ

കവലയിലിറങ്ങി. വാച്ചും മോതിരവും കഴുത്തിലെ അഞ്ചുപവൻ മാലയും പൈസയും കണ്ണിൽക്കണ്ടവർക്ക് ദാനം ചെയ്തു. എടാ ജരാസന്ധാ, എടാ ദ്രുപാ - നീയെന്റെ വാളിന്റെ മൂർച്ചയറിയാൻ പോകുന്നു എന്നു പറഞ്ഞ് കവലയിൽനിന്നവരെ തല്ലാനോടിച്ചു. ഞാനവിടെത്തുമ്പോൾ അപ്പനെ ആളുകളൊരു തെങ്ങിൽ കെട്ടിയിട്ടിരിക്കുകയാണ്. വലിയൊരു ആൾക്കൂട്ടം ചുറ്റിലുണ്ട്. അർജ്ജുനാ കുരുക്ഷേത്രയുദ്ധത്തിൽ നിയോ ഞാനോ ഒരാളേ ബാക്കിയുണ്ടാവൂ. അപ്പനെന്നോട് ന്യായം പറഞ്ഞു. എനിക്ക് വല്ലാത്ത അപമാനമായിപ്പോയി.

അപ്പന് വട്ടായെന്നതിന് നാട്ടിൽ വലിയ പ്രചാരമാണ് ലഭിച്ചത്. വലിയ ആൾക്കാരെ കളിയാക്കാൻ ജനത്തിന് പണ്ടേ വലിയ ഉത്സാഹമാണല്ലോ. മോന്റെ കല്യാണം തെറ്റിപ്പോയത് അപ്പനൊണ്ടാക്കിവച്ച ദുഷ്പ്പേര് കാരണമാണെന്ന് പറഞ്ഞ് മീന സങ്കടപ്പെട്ടു. പയ്യനൊരു ഡോക്ടറ് പെണ്ണിനെ വളച്ചെടുത്തതായിരുന്നു. ഭ്രാന്ത് ഹെറിഡിറ്ററിയായി വരാമെന്നു പറഞ്ഞാണ് അവളുടെ വീട്ടുകാര് ഒഴിഞ്ഞുകളഞ്ഞത്.

ടൂറും കഴിഞ്ഞ് തിരിച്ചുവരുമ്പോഴാണ് ഹോം നേഴ്സ് രണ്ടുദെവസമായി വന്നിട്ടില്ലാന്ന് അറിഞ്ഞത്. ടോജോയെയും മീനയെയും വിളിച്ചു. അവരെയൊന്നും അവള് വിളിച്ചിട്ടില്ല. മിനിഞ്ഞാന്ന്, അവളോടൊപ്പം അപ്പനെങ്ങോട്ടോ ഓട്ടോയീകയറിപ്പോകുന്നത് കണ്ടെന്ന് അടുത്ത വീട്ടുകാര് പറഞ്ഞു. സംഗതിയെന്തോ പന്തികേട് തോന്നി. അപ്പനാണങ്കീ ഒന്നും മിണ്ടുന്നുമില്ല.

അപ്പനീ കാണിച്ച പണി, ഒരപ്പനും മക്കളോട് കാണിക്കാൻ പാടില്ലാത്തതാണ്. അപ്പനാ ഹോം നേഴ്സിന്, ഞങ്ങക്കെല്ലാംകൂടി ഓഹരി കിട്ടേണ്ട രണ്ടേക്കറ് പറമ്പ് ഇഷ്ടദാനമായിട്ട് എഴുതിക്കൊടുത്തേക്ക്ന്ന്. റെയിൽവേ സ്റ്റേഷനീവച്ച് അവളെ പൊക്കി. കെട്ടിപ്പെറുക്കി ദൂരെയെവിടയോ പോകാൻ പൊറപ്പെട്ടതാണവള്.

പറഞ്ഞുവരുമ്പൊ അവള് നിരപരാധിയാണ്. അപ്പനായിറ്റാണ് എല്ലാം ചെയ്തിരിക്കണത്. രാവിലെയവള് അപ്പന് ചായകൊടുക്കാൻ ചെന്നതാണ് - 'ഭവതിക്ക് എന്താണ് വേണ്ടത്? ദാനശീലനായ കർണ്ണനോട് എന്തുവേണമെങ്കിലും ചോദിക്കൂ.' ഒന്നും വേണ്ടന്നു പറഞ്ഞിട്ടും അപ്പൻ നിർബ്ബന്ധിച്ചു. ഞാൻ കേറിപ്പാർക്കാൻ അഞ്ച്സെന്റ് പുരയിടമേ ചോദിച്ചുള്ളൂ. ഉടനേ എന്നേം വിളിച്ച് രജിസ്ട്രാഫീസീപോയി. അഞ്ചുസെന്റൊന്നും പോരാന്ന് പറഞ്ഞാ മുഴുവനും എന്റെ പേരിലെഴുതിത്തന്നത്.

അവളെ അനുനയിപ്പിക്കാനും മാറ്റിയെഴുതിക്കാനും മറ്റുമായി കാശും മെനക്കേടും കൊറേയായി.

"ഇതിങ്ങനെ നിസ്സാരമായിറ്റ് തള്ളിക്കളയാൻ പറ്റത്തില്ല. അപ്പനിനീം ഇതൊക്കെത്തന്നെ ചെയ്യും" ടോജോയ്ക്ക് വികാരം വന്നു. അവൻ പമ്പരംപോലെനിന്ന് തിരിയുവാണ്.

ജോയി മദ്യപിച്ചാപ്പിന്നെ കമാന്ന് മിണ്ടത്തില്ല.

"ഇച്ചായനെന്തേലുമൊന്ന് തീരുമാനിക്ക്."

ടോജോ എന്റെ മുന്നീവന്നിരിപ്പായി.

ടെറസില് മഴ ചന്നംപിന്നം വീഴുന്നൊണ്ട്.

"ടോജോ, നിന്നെക്കൊണ്ട് വണ്ടിയോട്ടിക്കാൻ പറ്റ്വോ?"

"ഞാൻ ഫിറ്റൊന്നുമല്ല"

ടോജോ വണ്ടി സ്റ്റാർട്ടാക്കി നിർത്തിയപ്പൊ, ഞാനും ജോയീം കൂടി അപ്പനെയെടുത്ത് വണ്ടിക്കകത്തിട്ടു. അപ്പനൊന്നുണർന്നിട്ട് ഉറക്കത്തിലേക്ക് പോയി. മഴയപ്പൊ വല്ലാതെ കനത്ത് തുടങ്ങി. വണ്ടിക്കകത്ത് ആരുമൊന്നും മിണ്ടീല്ല.

"ആ നിർത്ത്" - ഞാൻ ആജ്ഞാപിച്ചു.

അപ്പനെ ഞങ്ങള് മൂന്നാളും കൂടി പൊക്കിയെടുത്തു. പൊറത്ത് മഴവീണപ്പൊ അപ്പനുണർന്നു. ഒരാഴ്ചയായി മഴ മനുഷ്യനെ മെനക്കെടുത്തേണ്.

"ഞാനെവിടെയാ" അപ്പന്റെ ശബ്ദം കിളിയുടെപോലെ നേർത്തിരുന്നു.

കുറച്ചകലെ ജലം കുത്തിയൊഴുകുന്നത് കേൾക്കാം.

"അശ്വനീ നദിയുടെ കരയിലാണ് നമ്മളിപ്പോൾ."

അപ്പൻ ഇരുട്ടിൽ തുറിച്ചുനോക്കി.

"പ്രിയപ്പെട്ട കർണ്ണാ, എന്റെ പൊന്നുമോനേ, നിന്നെ ഞാനീ നദിയിലൊഴുക്കി വിടുകയാണ്. ദുർവ്വാസാവ് മഹർഷിയുടെ വരം ഭാഗ്യഹീനയായ ഈ അമ്മ പരീക്ഷിച്ചതാണ് മോനേ. ഈ അമ്മയോട് നീ പൊറുക്കണേ" ഞാൻ ശബ്ദക്രമീകരണം നടത്തി സ്ത്രീയുടെ ഒച്ചയിൽ പറഞ്ഞു.

ടോജോയ്ക്ക് ചിരിപൊട്ടിയതിനെ, ജോയി നോട്ടംകൊണ്ട് വിലക്കി. ടോജോയ്ക്ക് ഇങ്ങനെയാണ്, ചെറിയ തമാശ കണ്ടാലും മതി ചിരിവരാൻ.

"സാരമില്ലമ്മേ, എന്നെ പെട്ടിയിലൊഴുക്കിക്കൊള്ളൂ. വളർത്തച്ഛനാകാൻ പോകുന്ന അതിരഥന്റെയും അമ്മ രാധയുടെയും അടുത്ത് ഞാനെത്തുമല്ലോ. കുട്ടികളില്ലാത്ത അവരെന്നെ സ്വന്തം പുത്രനെപ്പോലെ വളർത്തിക്കൊള്ളും."

പൊടുന്നനെ അപ്പൻ കൈകാലിട്ടടിച്ച് കുഞ്ഞിനെപ്പോലെ തൊള്ളതുറന്ന് കരയാൻ തുടങ്ങി.

മലവെള്ളംകൊണ്ട് നദി കരകവിഞ്ഞൊഴുകുന്നുണ്ടായിരുന്നു. ടോജോയും ജോയിയുംകൂടി കരയിൽനിന്നും ഒരു വള്ളമഴിച്ച്, വെള്ളത്തിലേക്ക് നിരക്കിയിറക്കി. അപ്പൻ വള്ളത്തിൽ കിടന്ന് കൈകാലിളക്കി. മോണകാട്ടി നിഷ്കളങ്കമായി ഞങ്ങളെ നോക്കിച്ചിരിച്ചു. വള്ളത്തെ മലവെള്ളം ദൂരേക്ക് മാറ്റിക്കൊണ്ടുപോയി.

"എടാ ടോജോ, നീ നാളെ പള്ളീല് വിളിച്ചിട്ട് രാത്രീല് അപ്പനെ

കാണാതായ വിവരം പറഞ്ഞേക്കണം. ജോയി - ഇല്ലേ ഞാൻ തന്നെ പൊലീസ് സ്റ്റേഷനി പോയി ഒരു കംപ്ലയിന്റും കൊടുത്തേക്കാം.”

“ഇച്ചായൻതന്നെ പള്ളീലും വിളിച്ചേക്ക്. ഞാൻ ചെലപ്പോ, അച്ചനോട് പറേണേതിന്റെ എടേല് ചിരിച്ചുപോവും.” വണ്ടി സ്റ്റാർട്ടാക്കുന്നതിനിടയിൽ ടോജോ പറഞ്ഞു.

കോലിയക്കോട്ടെ ആൽമരം

കോലിയക്കോട്ട് വന്നിട്ടുള്ളവരുടെയെല്ലാം ഓർമ്മകൾക്കുമേൽ പച്ച പ്പിട്ട് ഈ ആൽമരം നില്ക്കുമെന്ന് ഞങ്ങളെല്ലാം ആത്മാർത്ഥമായി വിശ്വ സിക്കുന്നു. ഞാനിത് പറഞ്ഞപ്പോൾ എന്റെ സുഹൃത്ത് ബഷീർ നിന്നെ പ്പോലെ നിന്റെ നാട്ടുകാരും ശുദ്ധകാല്പനികന്മാരാണോ എന്ന് കളി യാക്കി. ഏതായാലും നാട്ടുകാർക്കിടയിൽ ഈ കൂറ്റൻ ആൽമരത്തിന്റെ സാന്നിദ്ധ്യം അനുദിനം കടന്നുവരാറുണ്ട്. ഒരാൾ ഞങ്ങളുടെ നാട്ടിലേക്ക് വരുന്നു എന്ന് കരുതുക. നീ ആൽമരത്തിന്റെ ചുവട്ടിൽ ബസിറങ്ങുക, ഞാൻ അതിനു കീഴിലുണ്ടാകും എന്ന് ഞങ്ങൾ ഉറപ്പുകൊടുക്കും. വഴി യെപ്പറ്റിയും വീടുകളെപ്പറ്റിയും പറയുമ്പോഴൊക്കെ, ആൽമരത്തിന്റെ അവിടെനിന്നും തെക്കോട്ടുള്ള റോഡെന്നും, ആൽമരം കഴിഞ്ഞ് ഇത്രാ മത്തെ വീടെന്നുമൊക്കെ ഭംഗ്യന്തരേണ സൂചനകൾ വന്നുചേരും.

റോഡിനരികിൽ പഞ്ചായത്ത് കിണറിന് സമീപത്ത്, യു പി സ്കൂളിന് മുന്നിലായിട്ടാണ് തല ഉയർത്തിപ്പിടിച്ച് ആ മരം അങ്ങനെ നില്ക്കുന്നത്. സ്കൂളിന്റെ പ്രായവുമായി തട്ടിച്ച്, നൂറു വർഷത്തിന് മുകളിലാണ് ആൽമരത്തിന്റെ വയസ്സെന്ന് നാട്ടുകാരണവന്മാർ ഗണിച്ചിട്ടുണ്ട്. മരത്തിന്റെ ഇലകളിൽ ചിലതുമാത്രം മേദസ്സ് മണ്ണിൽ കളഞ്ഞ് ആത്മാ വുപോലെ ലോലമായ ഞരമ്പുകളുമായി തറയിൽ പറ്റിപ്പിടിക്കും. ആൽ മരത്തിന്റെ ആത്മാവ് അവയിൽ ഉള്ളതിനാലാണ് അവ ദ്രവിച്ചുപോകാ ത്തതെന്നും, അത് സൂക്ഷിച്ചുവച്ചാൽ പരീക്ഷ തോല്ക്കില്ലെന്നും കുട്ടി കൾ വിശ്വസിച്ചിരുന്നു. ആൽമരത്തിന്റെ ഓർമ്മകളെ പാഠപുസ്തകത്തി നുള്ളിൽ ഒളിപ്പിക്കാത്ത ഒരൊറ്റക്കുട്ടിയും കോലിയക്കോട് യു പി എ സ്സിന്റെ പടികടന്നിട്ടില്ല. സ്കൂൾ മുറ്റത്തേക്ക് ചാഞ്ഞുനില്ക്കുന്ന ആലിന്റെ കൊമ്പിൽ ഓണക്കാലത്ത് 'കോലിയക്കോട് യുവ' എത്രയോ വർഷമായി

ഊഞ്ഞാലിട്ട് കൊടുക്കുന്നു. മരത്തിന്റെ ചുവട്ടിൽത്തന്നെയുള്ള ആസ്ബസ്റ്റോസ് ഷീറ്റിട്ട ഒറ്റമുറിയിൽ 'കോലിയക്കോട് യുവ' എപ്പോഴും ചലനാത്മകമായിരുന്നു. ഉച്ചയ്ക്ക് ചിലർ ആലിന്റെ ചുവട്ടിൽ കിടന്ന് വിശ്രമിക്കും. ഉപയോഗശൂന്യമായ ഇലക്ട്രിക് പോസ്റ്റുകൾ ഇരിക്കാനും കിടക്കാനും പാകത്തിൽ കല്ലുകളിന്മേൽ പാടേ ഇട്ടിരുന്നു.

വൈകിട്ടാകുമ്പോഴാണ് ആലിൻചുവട് സജീവമാകുന്നത്. ചന്തയുടെ ആളും ആരവവും അവിടുണ്ടാകും. വൃദ്ധന്മാരും മദ്ധ്യവയസ്കരും യുവാക്കളും കുട്ടികളും അവരവരുടേതായ ലോകങ്ങളിൽ അലിഞ്ഞുചേർന്നു. ആഴ്ചയിലൊരിക്കൽ മദ്യപിച്ചെത്തി 'ഇന്നത്തെ ചിന്താവിഷയം' എന്ന ഒറ്റയാൻ പ്രസംഗം നടത്തുന്ന ശേഖർജി-സ്വാഗതപ്രസംഗവും, അദ്ധ്യക്ഷപ്രസംഗവും പ്രഭാഷണവുമെല്ലാം അങ്ങോരുടെ വകതന്നെ-രാഷ്ട്രീയകാര്യങ്ങളിലേക്ക് കടക്കുന്നതോടെ രംഗം സംഘർഷഭരിതമാകും. ശേഖർജിയെ അനുകൂലിച്ചും പ്രതികൂലിച്ചും ചിലർ അണിനിരക്കുന്നതോടെ ചെറിയതോതിൽ ഉന്തും തള്ളുമൊക്കെ ഉണ്ടാകാനും മതി. തലമുതിർന്നവരുടെ സന്ദർഭോചിതമായ ഇടപെടലുകൾക്കൊടുവിൽ ആൽമരം സമാധാനത്തിന്റെ ഇലകൾ പൊഴിച്ചിടും. രാത്രി പത്തുമണിയോളം വീട്ടുകാര്യങ്ങളും നാട്ടുകാര്യങ്ങളും രാജ്യകാര്യങ്ങളും ചർച്ച ചെയ്ത് കോലിയക്കോട്ടുകാർ അവിടെ പുതിയൊരു ലോകം സാദ്ധ്യമാക്കും. 'യുവ'യുടെ സെക്രട്ടറി ശ്രീനിവാസനും പ്രസിഡന്റ് സന്തോഷും പിന്നെയും എത്രയോ കഴിഞ്ഞാണ് വീട്ടിൽ പോയിരുന്നത്. ആലിക്കാ മാത്രം അപ്പോഴും ഉറങ്ങാതെ ആലിൻചോട്ടിൽ സ്വപ്നവും കണ്ട് ഇരിപ്പുണ്ടാകും.

ആലിക്കായുടെ സൈക്കിൾ വർക്ക്ഷോപ്പ് ആലിന്റെ ചുവട്ടിലാണ്. കാറ്റ് നിറയ്ക്കാനുള്ള പമ്പ്, പഞ്ചറൊട്ടിക്കാനുള്ള സാമഗ്രികൾ, അങ്ങനെ ചിലതൊക്കെയേ ആലിക്കായുടെ സൈക്കിൾ വർക്ക്ഷോപ്പിന്റെ ആസ്തികളിൽ പെടുന്നുള്ളൂ. ഇതുകൊണ്ടുണ്ടാകുന്ന വരുമാനമൊക്കെ ധാരാളം എന്ന മട്ടിലായിരുന്നു ഒറ്റത്തടിയായ ആലിക്കാടെ പോക്ക്. തണുപ്പും മഴയുമുള്ളപ്പോൾ മാത്രം ആലിക്കാ 'യുവ'യുടെ ഓഫീസിൽ കിടന്നുറങ്ങും. ചൂടുകാലത്ത് ആലിന്റെ ചുവട്ടിൽത്തന്നെ നടുനിവർത്തും. കോലിയക്കോട്ടെ 'ഇൻഫർമേഷൻ ഓഫീസർ' എന്നാണ് കോലിയക്കോട് യു പി എസിലെ ഹെഡ്മാസ്റ്റർ ജോർജ്ജ് സാറ് അങ്ങേരെ വിളിക്കുന്നത്. ആലിക്കാ ഇതു കേക്കുമ്പോ വായപൊത്തി നിഷ്കളങ്കമായി ചിരിക്കും. വാർഡ്മെമ്പർ യശോദചേച്ചി ഇവിടെങ്ങാനും വന്നാരുന്നോ? ഇപ്പോ എവിടെ ഉണ്ടാവും? സന്തോഷ് രാവിലെ എന്തേലും ഏല്പിച്ചോ ആലിക്കാ? ശ്രീനിവാസൻ ബസീകയറിപ്പോകുന്ന കണ്ടാരുന്നോ? ഇതൊക്കെ അന്വേഷിച്ച് കണ്ടെത്തിവയ്ക്കുകയും മറുപടി പറയുകയും തന്റെ ജീവിതദൗത്യമായി ആലിക്ക കരുതിപ്പോന്നു. ഉത്തരം പറയാനാകാത്ത ചോദ്യത്തിനുമുന്നിൽ ആലിക്ക ചൂരൽകണ്ട സ്കൂൾക്കുട്ടിയെപ്പോലെ പരിഭ്രമിച്ച് നില്ക്കുന്നത് കണ്ടിട്ടുണ്ട്.

കോലിയക്കോടിന്റെ അടയാളരൂപമായ ഈ ആൽമരത്തിനാണ് ജീവഹാനി സംഭവിക്കാൻ പോകുന്നത്. കെ എസ് ടി പി പദ്ധതിപ്രകാരമുള്ള റോഡ് വികസനം ഞങ്ങളുടെ ആൽമരത്തിന് ശക്തമായ ഭീഷണി ഉയർത്തിയിരിക്കുന്നു. കോലിയക്കോട്ടുകാർ അടങ്ങിയിരിക്കുമെന്ന് ആരും കരുതേണ്ട. പഞ്ചായത്ത് പ്രസിഡന്റിന്റെ നേതൃത്വത്തിൽ ഞങ്ങൾ പൊതുമരാമത്ത് വകുപ്പ് മന്ത്രിക്ക് നിവേദനം നല്കി. ഉദ്യോഗസ്ഥരുമായി ചർച്ച നടത്തി. മരം മുറിക്കാതെ റോഡിന്റെ വീതി കൂട്ടാനാകില്ലെന്നാണ് ഉദ്യോഗസ്ഥരുടെ മുട്ടാപ്പോക്ക്. എങ്കിലത് കണ്ടിട്ടുതന്നെ എന്നുപറഞ്ഞ് ഞങ്ങളിറങ്ങി. 'യുവ'യുടെ നേതൃത്വത്തിൽ 'ആൽമരസംരക്ഷണസേന' രൂപീകരിക്കുന്നതിന് യോഗം വിളിച്ചുചേർത്തു. കക്ഷിരാഷ്ട്രീയഭേദമെന്യേ എല്ലാപേരും വേദി പങ്കിട്ടു. നാട്ടിലെ തലമുതിർന്ന കമ്യൂണിസ്റ്റ് അപ്പുവേട്ടൻ പാർട്ടിയുടെ ആദ്യയോഗം ആൽമരച്ചുവട്ടിൽ നടന്നതിനെ ഓർമ്മിച്ചു. നാരായണൻ മാഷ് കെ കരുണാകരൻ ഇവിടെനിന്ന് പ്രസംഗിച്ചതിനെ അനുസ്മരിച്ചു. 'കോലിയക്കോട് യുവ' യുടെ രൂപീകരണയോഗം ചേർന്നത് ഇവിടെവെച്ചാണ്-അതിന്റെ ആദ്യത്തെ സെക്രട്ടറി വില്ലേജ് ഓഫീസർ വേലുക്കുട്ടിസാറ് പറഞ്ഞു. കുഞ്ഞിച്ചെറുക്കൻ ചതയദിനത്തിൽ ഉറിയടിമത്സരം നടത്തുന്നത് ഈ ആലിലാണെന്നും, കഴിഞ്ഞ തവണ തനിക്കാണ് സമ്മാനം കിട്ടിയെതെന്നും അടുത്തുനിന്ന അയ്യപ്പനോട് പറഞ്ഞു. ആലിക്കാ അടുത്തബന്ധു ആശുപത്രി ഐ സി യുവിൽ കിടക്കുന്നതുപോലെ ഒരിടത്ത് നിലയുറപ്പിക്കാതെ ഉൽക്കണ്ഠപ്പെട്ട് നടന്നു. ആലിനുചുറ്റിലും മനുഷ്യമതിൽ തീർത്തും പ്രതിജ്ഞയെടുത്തുമാണ് അന്നത്തെ യോഗം പിരിഞ്ഞത്.

കാര്യങ്ങൾ വിചാരിച്ചത്ര സുഗമമല്ലെന്ന് വൈകാതെ ഞങ്ങൾക്ക് ബോദ്ധ്യമായി. ആൽമരം മുറിച്ചില്ലെങ്കിൽ റോഡ് വികസനം അവതാളത്തിലാകുമെന്നും ഫണ്ട് കൃത്യസമയത്ത് വിനിയോഗിക്കാൻ കഴിയാത്ത സാഹചര്യം ഉണ്ടാകുമെന്നും ഉദ്യോഗസ്ഥർ അർത്ഥശങ്കയ്ക്കിടയില്ലാതെ വ്യക്തമാക്കി. ആൽമരം സംരക്ഷിക്കുന്നതിനോട് തങ്ങൾക്കും വ്യക്തിപരമായി യോജിപ്പാണുള്ളതെന്ന് പറഞ്ഞ അവർ മരം മുറിച്ചുമാറ്റിയില്ലെങ്കിൽ റോഡിൽ ഉണ്ടാകുന്ന കൊടുംവളവിനെ സ്കെച്ചും പ്ലാനും കാട്ടി വിശദീകരിച്ചു - അപകടങ്ങളുടെ ചോരവറ്റാത്തയിടമായിത്തീരും ഇവിടം. റോഡിന്റെ ജോലികൾ വൈകിക്കാമെന്നല്ലാതെ മരത്തിന്റെ കാര്യത്തിൽ ശുഭപ്രതീക്ഷയ്ക്ക് വകയില്ലെന്ന തിരിച്ചറിവിൽ സമരമാർഗ്ഗങ്ങൾ ഞങ്ങൾ ഉപേക്ഷിക്കാൻ തയ്യാറായി. 'കോലിയക്കോട് യുവ'യ്ക്ക് കെട്ടിടം നിർമ്മിക്കുന്നതിന് ചന്തയ്ക്കുസമീപം സ്ഥലം നല്കുമെന്നും ആലിക്കയ്ക്ക് വീടുവെച്ചു നല്കുമെന്നും പഞ്ചായത്ത് പ്രസിഡന്റ് ഞങ്ങൾക്ക് ഉറപ്പുതന്നു. ആലിക്കമാത്രം ശുഭപ്രതീക്ഷ കൈവിട്ടില്ല. - മരം മുറിക്കില്ലായിരിക്കും അല്ലേ? ഇവിടെ റോഡ് അല്പം വളഞ്ഞൂന്ന് വെച്ച് എന്താ? വണ്ടിക്ക് വളയാല്ലോ. മരത്തിന് ആകുമായിരുന്നെങ്കീ പാവം അത് ചെയ്തേനെ. അല്ല, ഇത്ര ധൃതിപിടിച്ച് എല്ലാരും എങ്ങോട്ടാ പോണത്? ആലിക്ക കാണു

ന്നവരോടൊക്കെ തന്റെ ആശങ്ക പങ്കുവെച്ചു.

രണ്ടുവർഷംകൊണ്ട് എന്തൊക്കെ മാറ്റങ്ങളാണ് കോലിയക്കോട്ടുണ്ടായത്! ഒരു ബസിന് പതുങ്ങിപ്പോകാവുന്ന കുണ്ടുംകുഴിയും നിറഞ്ഞ റോഡിന് പകരം ആറുവരിപ്പാത വന്നു. വലിയ കണ്ടെയ്നർ ലോറികൾ രാത്രികളിൽ അതിലേ ഇരമ്പിപ്പാഞ്ഞു. റോഡിനിരുവശവും വലിയ കെട്ടിടങ്ങൾ ഉയർന്നുകഴിഞ്ഞു. പഴയ ആൽമരം നിന്ന സ്ഥലത്താണ് വഴിവിളക്കുകളിലൊന്ന് പ്രകാശം ചൊരിയുന്നത്.

'കോലിയക്കോട് യുവ'യുടെ മന്ദിരം പണി ഇനിയും തുടങ്ങാത്തതിലുള്ള ഉൽക്കണ്ഠ അറിയിക്കാനാണ് ഞാൻ ശ്രീനിയേട്ടനെ കാണാൻ ചെന്നത്. 'പാലമറ്റത്തിൽ' എന്ന പേരിൽ പുതിയൊരു ഫിനാൻസ് സ്ഥാപനം പുള്ളി നടത്തുന്നുണ്ട്. ബൈക്കിൽ തിരക്കിട്ട് അങ്ങോട്ടുമിങ്ങോട്ടും പോകുമ്പോൾ കണ്ടാൽ കൈയെടുത്ത് വീശും. എപ്പോഴും പിറകിലാരെങ്കിലും കാണുമെന്നതിനാൽ സംസാരിക്കാൻ ഇടംകിട്ടാറില്ല. 'യുവ'യുടെ പ്രസിഡന്റ് സന്തോഷേട്ടനേയും അവിടെ കണ്ടതിലുള്ള ആനന്ദം ഞാനറിയിച്ചു. ആൽമരം നഷ്ടപ്പെട്ടത് നമ്മുടെ നാടിന്റെ ബന്ധങ്ങളെയൊക്കെ ബാധിച്ചെന്നും നാട്ടുകാർക്ക് ഒത്തുകൂടാനുള്ള പൊതു ഇടമാണ് നഷ്ടമായതെന്നും ഞാൻ പറഞ്ഞപ്പോൾ, അവരെന്റെ അഭിപ്രായത്തോട് യോജിക്കുമെന്നാണ് കരുതിയത്. "നീയിപ്പോഴും ആൽമരത്തെ ചൊമന്നോണ്ട് നടക്കേണോ രൂപേഷേ? ആ പാഴ്മരം മുറിച്ചതോണ്ട് ഗുണമേ ഉണ്ടാവൂന്ന് ഞാൻ പറയും. പുതിയ റോഡ് വന്നേപ്പിന്നെ ഭൂമിക്കൊക്കെ എന്താവില? ഞങ്ങളുടെ വീടിന് ചേർന്നുകിടന്ന വെളിമ്പറമ്പ് സെന്റിന് രണ്ടു ലക്ഷം രൂപയ്ക്കാ കച്ചോടം നടന്നത്! റോഡ് വരാതിരുന്നെന്നും ആ മരമവിടെത്തന്നെ നിന്നെന്നും കരുത്. ഞാനും സന്തോഷൂക്കെ ഇപ്പോഴും വേണ്ടാത്ത കാര്യത്തിലൊക്കെ തലയിട്ട് ജന്മം പാഴാക്കിയേനെ. ജങ്ഷനീ കച്ചറയില്ലാത്ത ദെവസോണ്ടായിരുന്നോ? ഇപ്പഴൊന്നിനേം റോഡീ കാണാനില്ല. എല്ലാരും അവനോന്റെ വീട്ടി ഒള്ളതും കഴിച്ച് ടീവീം കണ്ടിരുന്നോളും. ഞാൻ പറഞ്ഞത് ശരിയല്ലേടാ സന്തോഷേ?"

"നമ്മട ക്ലബ്ബിലിരുന്ന പിള്ളാര് മിക്കവരും എന്റോടെ വെളമ്പാൻ വരുന്നൊണ്ട്." കല്യാണത്തിനും പൊതുചടങ്ങുകൾക്കുമെല്ലാം കസേരയും ടാർപ്പോളിനും പാത്രങ്ങളുമെല്ലാം എത്തിച്ചുകൊടുക്കുന്ന ഏർപ്പാടാണ് സന്തോഷേട്ടന്. "ഇരുനൂറ്റമ്പത് രൂപ ഞാൻ കൂലി കൊടുക്കും. പണ്ട് നമ്മള് ഒരു കാശും വാങ്ങാതെ സേവനം സേവനോന്നും പറഞ്ഞ് എത്രയോ ചെയ്തതാണ് സദ്യവെളമ്പല്. അന്ന് എന്നെ ആൾക്കാർക്ക് വല്ല വെലേം ഒണ്ടാരുന്നോ? ഇപ്പോ റേറ്റൊന്ന് കൊറയ്ക്ക് സന്തോഷേന്നും പറഞ്ഞ് ഓരോരുത്തന്മാർ കാലുപിടിക്കുമ്പം ഒരു സുഖോണ്ട്." അതും പറഞ്ഞ് സന്തോഷേട്ടൻ പൊട്ടിച്ചിരിച്ചു. "ചുമ്മാ നിക്കുമ്പം നീയും വാടാ രൂപേഷേ" സന്തോഷേട്ടൻ ചിരിക്കിടയിൽ കൂട്ടിച്ചേർത്തു.

വല്ലായ്കയോടെയാണ് ഞാൻ മടങ്ങിപ്പോന്നത്. കഴിഞ്ഞദിവസം

എന്റെ പഴയ സുഹൃത്ത് ബഷീർ കോലിയക്കോട്ടേക്ക് വരാൻ ആഗ്രഹം പ്രകടിപ്പിച്ചു. ഗൾഫ് ജീവിതം അവസാനിപ്പിച്ച് നാട്ടിലെത്തിയതായിരുന്നു അവൻ. ആൽമരം മുറിച്ചുമാറ്റിയ വിവരം പറഞ്ഞത് നന്നായി. ഇവിടെന്നും ഇടത്തെ വഴിയിൽ ആദ്യത്തേത് എന്ന സ്ഥലരാശിയിലാണ് അവൻ എന്റെ വീടിനെ പെടുത്തിയിരുന്നത്. “എനിക്ക് നിന്റെ വീട് കണ്ടെത്താനേ കഴിയുമായിരുന്നില്ല”. കോലിയക്കോട്ടെ മാറ്റങ്ങൾ കണ്ട് അവൻ അതിശയിച്ചു “ഞങ്ങളും മാറിപ്പോയിഷ്ടാ” എന്ന് ഞാൻ തിരിച്ചുപറഞ്ഞു.

“ഇവിടെ മാത്രോല്ല, ഞാൻ പോയ എല്ലായിടത്തും മാറ്റോണ്ട്.”

“എന്തോ എനിക്കറിയില്ല. പക്ഷേ, ഇവിടുത്തത്രേം ഉണ്ടാവൂന്ന് തോന്നണില്ല”. നീയിപ്പഴും പഴയ കാല്പനികൻ തന്നെ എന്ന് അവൻ പറയുമെന്ന ഭയം കാരണം ഞാൻ കൂടുതലൊന്നും വിശദീകരിക്കാൻ ആഗ്രഹിച്ചില്ല.

ശ്രീനിയേട്ടനും സന്തോഷേട്ടനും പറഞ്ഞപോലെ കോലിയക്കോടിപ്പോൾ ശാന്തമാണ്. സന്ധ്യകഴിയുമ്പോൾ തന്നെ അലോസരപ്പെടുത്തുന്ന മൂകത അവിടെ വന്ന് നിറയാറുണ്ട്. എട്ടുമണി കഴിയുമ്പോൾ കടകൾ മിക്കതും അടച്ചുകഴിയും. പിന്നെ നിരത്തിലോടുന്ന വാഹനങ്ങളേ ഉണ്ടാവൂ. അർദ്ധരാത്രിയിൽ വാഹനമോടിച്ചു പോകുമ്പോൾ, പഴയ ആൽമരം നിന്നേടത്ത് റോഡിനു കുറുകെ ഒരാൾ നില്ക്കുന്നത് കണ്ടിട്ടുള്ളതായി ചിലർ പറയുന്നു. വണ്ടി ബ്രേക്കിട്ട് പുറത്തിറങ്ങി നോക്കുമ്പോൾ പൊടുന്നനെ ആളെ കാണാതാകും. അയാൾക്ക് ആലിക്കയുടെ ഛായയുണ്ടെന്ന് സ്ഥലവാസികളായ ഡ്രൈവർമാർ സാക്ഷ്യപ്പെടുത്തുന്നു.

ആൽമരം മുറിച്ചശേഷം ഇന്നോളം ആലിക്കയെ പിന്നെ ആരും കണ്ടിട്ടില്ലെന്നത് നേരുതന്നെയാണ്.

ശരീരഭാഷ

അനന്തരം രാത്രിയായി. കള്ളൻ സിനിമാ വാരികയിലെ ഷൂട്ടിങ് റിപ്പോർട്ടിൽനിന്നും പുറത്തുവന്നു തനിക്കിന്ന് ചെയ്യേണ്ടിയിരിക്കുന്ന കർമ്മത്തിനുതകുംപടി വിചാരപ്പെട്ടു. അവ ഫ്രെയിമുകളായി മുന്നിൽവന്ന് പഞ്ചപുച്ഛമടക്കി നിരന്നുനിന്നു. സിനിമ, വായന, എഴുത്ത് എന്നിവയോട് താല്പര്യമുള്ള അസാധാരണനായൊരു കള്ളനായിരുന്നു അവൻ. സിനിമയിലും സാഹിത്യത്തിലും മോഷ്ടാക്കൾക്ക് ലഭിച്ചുപോരുന്ന പരിഗണനയും അവരുടെ സാന്നിദ്ധ്യവും കഥയ്ക്ക് കൊടുക്കുന്ന നവമാനവുമെല്ലാം കള്ളന് അഭിമാനിക്കാൻ വക നല്കി. സാഹിത്യത്തിലെയും സിനിമയിലെയും ചൂണ്ടലുകളുടെ കള്ളി പുറത്താവുമ്പോൾ, താൻ ചെയ്യുന്നതും ഇതിലൊട്ടും താഴേക്കിടയിലുള്ള പ്രവൃത്തിയല്ലെന്ന ആത്മബോധം അവനെ പുളകിതനാക്കി. ചില്ലറ എഴുത്തുപരിപാടികളും കള്ളനുണ്ട്. 'രഘു തിരുപുറം' എന്ന പേരിൽ പതിവായി ദിനപത്രങ്ങളിൽ കത്തെഴുതുന്നുണ്ട്. കുടിവെള്ളക്ഷാമം, വൈദ്യുതിച്ചാർജ് വർദ്ധന, സ്ത്രീപീഡനം, സ്കൂൾ അടച്ചുപൂട്ടൽ, സർക്കാർ സ്ഥാപനങ്ങളുടെ അനാസ്ഥ തുടങ്ങിയ ആനുകാലിക വിഷയങ്ങളെപ്പറ്റി ചിന്തയും ചിരിയും നിറഞ്ഞ കത്തുകളിൽ ഒന്നുപോലും പത്രാധിപന്മാർ ഉപേക്ഷിച്ചില്ല. കണ്ണാടിപോലെ തെളിഞ്ഞതും ഓജസ്സാർന്നതുമാണ് തന്റെ ഭാഷയെന്ന് കള്ളൻ അഭിമാനിച്ചു. പത്താംക്ലാസിൽ തോറ്റ ഒരുവൻ സ്വന്തമായി വായിച്ചും പഠിച്ചും ഉണ്ടാക്കിയെടുത്തതാണേ.

കള്ളൻ കെണിയിൽ വീഴുംവരെ കള്ളനേയല്ല, ഒരു സാദാ പൗരനാണ്. വലയിൽ പെട്ടുകഴിഞ്ഞെന്നിരിക്കട്ടെ, പിന്നീട് സത്യവാനായിരുന്നിട്ടും വലിയ കാര്യമില്ല - കള്ളൻ വിചാരിക്കാറുണ്ട്. ഇന്നേവരെ തന്നെപ്പറ്റി സംശയത്തിന്റെ ലാഞ്ഛനകൂടി ഒരൊറ്റ കുഞ്ഞിനും ഉണ്ടാ

യിട്ടില്ല. എട്ടുപത്തുവർഷമായി ഈ ലോഡ്ജിൽ താമസം തുടങ്ങിയിട്ടു തന്നെ. തൊഴിലിനോട് പുലർത്തുന്ന ആത്മാർത്ഥതയും പാവനത്വവും കൊണ്ടാണത്. കർമ്മമണ്ഡലത്തിൽ പാരമ്പര്യം ലവലേശമില്ലാത്തവ നായിരുന്നു തസ്കരൻ. അച്ഛൻ മനസ്സിലെ ഗുരു. തന്റെ അറിവിൽ അച്ഛൻ ഒരൊറ്റ വസ്തുവിനെയേ മോഷ്ടിച്ചിട്ടുള്ളൂ. അതൊരു കനപ്പെട്ട വസ്തു തന്നെ ആയിരുന്നു. ഉടമസ്ഥൻ പത്തിരുപതു കൊല്ലമായി കാത്തുസൂക്ഷി ച്ചൊരു ചക്കര മാമ്പഴം. അതും കൊത്തി അച്ഛൻ നാട്ടിൽനിന്നും മുങ്ങി. ജോലിസ്ഥലത്ത് പൊങ്ങി. മരിക്കുംവരെ അമ്മ പിന്നെ സ്വന്തം നാട് കണ്ടിട്ടില്ല. വീട് കണ്ടിട്ടില്ല. വീട്ടുകാരെയും. അവരൊട്ട് അന്വേഷിച്ചു വന്നുമില്ല. അച്ഛൻ അനവസരത്തിൽ കയറിയങ്ങ് മരിച്ചു. അമ്മ കഷ്ട പ്പാടിന്റെ പുതപ്പും മൂടിക്കിടന്നു. ചെറുപ്രായത്തിൽത്തന്നെ അവൻ തന്റെ കർമ്മത്തെ കള്ളവുമായി ബന്ധിപ്പിക്കാൻ നിർബ്ബന്ധിതനായത് അങ്ങനെ യാണ്.

വെറുതെ തൊഴിലൊന്നുമില്ലാതെ വാലാക്കോല നടക്കുന്ന ചെറുപ്പ ക്കാരെ കാണുമ്പോൾ പോയി മോഷ്ടിക്കെടാ ചെറുക്കാ, നിന്നെയൊരു പൊലീസേമ്മാനും പൊക്കത്തില്ല, അതിനുള്ള മന്ത്രവും തന്ത്രവും പറ ഞ്ഞുതരാം എന്ന് ഉപദേശിക്കാൻ തോന്നും. പൂവിടരുംപോലെ ലളിതമായ പ്രക്രിയയാണിത്; മനസ്സ് വെച്ചാൽ. പ്രധാന സംഗതി അതാണ് - മനസ്സ് വേണം. സർവ്വതും കാണുന്ന കണ്ണ്, ഒന്നും കേൾക്കാതെ പോകാത്ത കാത്, മനസ്സിനൊപ്പം ചലിക്കുന്ന മെയ്യ് - മതി, ഇത്രയൊക്കെ ഉണ്ടെങ്കിൽ മോഷണം കലയാക്കാം. പറഞ്ഞപ്പൊ പെട്ടെന്ന് തീർന്നു. ഇത് വളർത്തിയെടുക്കണമെങ്കിൽ നീണ്ടനാളത്തെ അശ്രാന്ത പരിശ്രമം തന്നെ വേണം. ചീത്ത കൂട്ടുകെട്ടാണ് ഈ തൊഴിലാളിയെ അപകടപ്പെടുത്തുന്ന ദോഷങ്ങളിൽ പ്രധാനം. ഒരാളുടെ ആഗ്രഹം കുറേയാളുകളുടെ ദുരാഗ്രഹമായി വളരും. ഒരുത്തന്റെ കൈയബദ്ധം, സംഘത്തെ മുഴുവൻ കുരുതികൊടുക്കും. പൊലീസ്സ്റ്റേഷൻ കണ്ടാൽ കൂട്ടാളിയുടെ പേരു പറയാത്ത കള്ളന്മാരില്ല. പൊരാത്തതിന് മോഷ്ടാക്കൾ മുക്കാലും ദുർ ബ്ബല ഹൃദയന്മാരുമാണ്. അതിനാൽ മോഷണം ഒറ്റയ്ക്കാക്കുക. മോഷ് ടിച്ചു കിട്ടിയ മുതലല്ലേ, ധൂർത്തടിച്ച് ജീവിക്കാം; പാടില്ല. കഷ്ടപ്പെട്ടു ണ്ടാക്കിയ മുതലാണെന്ന ബോധമുണ്ടാവണം. അത് തീരുമ്പൊ മറ്റൊരു വഴി മുന്നിൽ തെളിഞ്ഞുവരും. എങ്ങനെയാണ് മോഷണസ്ഥലവുമായും വസ്തുവുമായും ഉടമസ്ഥനുമായുമൊക്കെ ഇടപെടേണ്ടതെന്നതിനെ ക്കുറിച്ച് വ്യക്തമായ ധാരണാപുസ്തകം കള്ളന്റെ ഉള്ളിലുണ്ട്.

പാന്റ്സും ഷർട്ടും ധരിച്ച് കൈയിൽ സൂട്ട്കെയ്സും പിടിച്ച് ലോഡ് ജിന്റെ മുറിപൂട്ടി കള്ളൻ ഇരുട്ടിന്റെ വിസ്തൃതിയിലേക്കിറങ്ങി. സമയം പത്തുമണി. ലക്ഷ്യത്തിലേക്ക് പട്ടണത്തിൽനിന്നും പത്തിരുപത് കിലോ മീറ്റർ സഞ്ചരിക്കണം. അവസാന ബസ് പത്തരയ്ക്കാണ്. രാത്രി ചുറ്റും കനത്തു കിടന്നു. മരങ്ങളിൽ ഇരുട്ടനങ്ങി. ആമ്പൽപ്പൂവിന് ചന്ദ്ര നെന്നപോലെ, കള്ളന് രാത്രി എന്നൊരു കല്പന അവന്റെ ഉള്ളിൽ

ചിരിച്ചു. രാത്രി വല്ലാത്തൊരു പ്രതിഭാസം തന്നെ. അവൻ ആലോചനപ്പെട്ടു. രാത്രിയുടെ സ്വരത്തെയും ലയത്തെയും നിറത്തെയും മണത്തെയുംപറ്റി കള്ളന്മാർക്കറിയുവോളം ആർക്കറിയാം. രാത്രി എന്നാൽ ഇരുട്ട്, നിലാവ് എന്നൊക്കെയേ കവികൾക്കുപോലുമറിയൂ. രാത്രിയുടെ വിവിധ ശ്രേണികൾ പത്തുമുപ്പതെണ്ണത്തോളം വരും, ആലോചിച്ച് പെറുക്കിയെടുത്താൽ. അതൊന്നുമിപ്പൊ ഓർക്കാൻ പറ്റിയ നേരമല്ല. സ്റ്റാന്റിലെത്തുമ്പോൾ, ബസിതാ പുറപ്പെടാൻ തന്നെയും കാത്ത് തുമിച്ചുതുമി നില്ക്കുന്ന കാഴ്ചയാണ്.

ഉദ്യോഗപരിസരം അടുക്കുംതോറും കള്ളന്റെ മനസ്സ് കൂടുതൽ ഏകാഗ്രവും ജാഗരൂകവുമായി മാറി. ഇരുട്ടിന്റെ പാളികളിൽ ശരീരമുരയുമ്പോഴുണ്ടാകുന്ന അതിസൂക്ഷ്മ ഞരക്കങ്ങൾപോലും അവന് കേൾക്കായി. ഇന്നിനുശേഷം അഞ്ചാറുമാസക്കാലം ജോലിയിൽനിന്നും വിടുതൽ നേടണമെന്ന് അവൻ നിശ്ചയിച്ചിരുന്നു. നിലവിലുള്ള ശേഷിപ്പു മുതൽകൊണ്ട് കഴിയാവുന്ന ദിനങ്ങൾ പരിമിതമായിരുന്നു.

ഓടുമേഞ്ഞ പഴയൊരു വീടാണ്. വീടിന്റെ മുഖപ്പ് ഗ്രാമീണ പെൺകൊടിയെപ്പോലെ മുഖം കുനിച്ച് നില്ക്കുന്നു.

എപ്പോഴേ നോക്കിനിക്കാണെന്നോ. കയറിവരൂ- എന്ന് വീട് സ്നേഹത്തോടെ ക്ഷണിച്ചു. നല്ലൊരു നിമിത്തമാണ്. വീടിന്റെ സമ്മതം കള്ളന് പ്രധാനമാണ്. വീട് കനിഞ്ഞാൽ പൂ പറിക്കുന്ന ലാഘവത്തോടെ കാര്യങ്ങൾ കഴിക്കാം. കള്ളൻ അയഞ്ഞ മനസ്സിൽ മൂളിപ്പാട്ടുപാടി. ബീഡിക്ക് തീയും കൊളുത്തി.

ഒരാഴ്ചയായി അവന്റെ ഉപഗ്രഹ നിരീക്ഷണത്തിലായിരുന്നു ഭവനം. ഒരമ്മയും മകളുമാണ് വീട്ടിലെ താമസക്കാർ. സഹോദരനൊരാൾ ഉള്ളത് ഒറീസ്സയിലെ ചെമ്മീൻ ഫാക്ടറിയിലാണ്. പെൺകുട്ടിയുടെ വിവാഹത്തിന് ഒരാഴ്ചയേ ശേഷിക്കുന്നുള്ളൂ. ലീവ് ലഭിക്കാത്തതിനാൽ കല്യാണത്തലേന്നേ സഹോദരന് എത്താനാവൂ. കല്യാണച്ചെലവിനുള്ള കാശും കുറച്ചാഭരണവും സുഹൃത്തുവശം കൊടുത്തുവിടും.

കള്ളൻ കതകിൽമുട്ടി. തുറന്ന കതകിനുള്ളിൽ ഐശ്വര്യമുള്ള ഒരമ്മ. ചിമ്മിനിവിളക്കിന്റെ പ്രകാശത്തിൽ സംശയത്തിന്റെ ഇരുൾ ബാക്കി കിടന്നു.

“ഞാനാ..... അവൻ”

“ങാ.. രമേശനാണോ....?” അമ്മ

കള്ളൻ ‘അതേ’യെന്നുരചെയ്ത് വിനയത്തോടെ ചിരിച്ചു.

“കേറിവാ മോനേ.... ഇത്രേം വൈകി വരേണ്ട വല്ല ആവശ്യോണ്ടായിരുന്നോ? നാളയേ എത്തൂന്നാ ബാലൻ പറഞ്ഞത്. അല്ലേടീ”- അവർ അകത്തേക്ക് ചോദ്യം ചോദിച്ചു.

“വീട്ടിപ്പോയിട്ട് വരാന്നൊക്കെ വിചാരിച്ചത്. പെട്ടീം ബാഗൂക്കെ റെയിൽവേ സ്റ്റേഷനീത്തന്നെ വെച്ചു. ഇവിടല്ലേ ഇപ്പൊ അത്യാവശ്യം. സ്റ്റാന്റീ വന്നപ്പം ലാസ്റ്റ് ബസും കിട്ടി.”

"വീട് കണ്ടുപിടിക്കാൻ കൊറെ പാടുപെട്ടോ മോനേ?"

"ബാലൻ കൃത്യമായി വഴി വരച്ചുതന്നു. ഒരാളോടും ചോദിക്കേണ്ടി വന്നില്ല."

"ലൈറ്റ് സന്ധ്യക്കേ പോയതാ. ഇനി മിക്കവാറുമിപ്പോ നാളയേ വരത്തുള്ളൂ" - പെൺകുട്ടി പ്രകാശത്തിലേക്കിറങ്ങിവന്നു.

ഭാഗ്യം - കള്ളൻ മനസ്സിൽ മുരണ്ടു. ഉള്ള വെളിച്ചത്തിൽ വീടിന്റെ ഉൾമുറികളെ ഹരിച്ചും ഗുണിച്ചും നോക്കി കള്ളൻ.

"മോനൊന്ന് കുളിക്കണ്ടേ? യാത്രചെയ്ത് മുഷിഞ്ഞതല്ലേ! നീയാ കുളിമുറീ വെള്ളം നിറച്ച് വെച്ചേടീ...."

രാത്രിയായിട്ടും വല്ലാത്ത സഞ്ചാരം തോന്നി. രണ്ടു കപ്പ് വെള്ളം പുറത്തൊന്നൊഴിക്കാൻ കൊതിച്ചിരിക്കയായിരുന്നു. വസ്ത്രം മാറിവരുമ്പോൾ കപ്പിയിൽ കയർ കറങ്ങുന്ന ഒച്ച കേട്ടു.

"ഞാനിവിടെക്കിടന്ന് നെട്ടോട്ടമാ മോനേ. ഒരു സഹായത്തിനും ആരൂല്ല. കല്യാണോന്നൊക്കെപ്പറഞ്ഞാ ചില്ലറ പാടാ? പാഞ്ഞുപിടിച്ചു ചെയ്യാൻ പറ്റിയ പ്രായാണോ? മോനൊരുത്തനുള്ളത് അങ്ങനെ. അവനോന്റെ വയറ്റിപ്പാട് നോക്കണ്ടേ....." അമ്മയുടെ മുഖം വ്യസനത്താൽ നിറഞ്ഞു.

" ഞാൻ പോയിട്ട് രണ്ടൂസത്തിനകം മടങ്ങിവരും. ഇവിടുത്തെ കാര്യങ്ങൾ അവനെന്നെ പ്രത്യേകം പറഞ്ഞേല്പിച്ചതാ. അമ്മ വെഷമിക്കാതിരിക്ക്."

അമ്മയുടെ കണ്ണിലൂടെ വ്യസനം ഒലിച്ചുതുടങ്ങി. കള്ളൻ അവരുടെ മുതുകിൽ തലോടിക്കൊടുത്തു. അപ്പോഴേക്കും പെൺകുട്ടിവന്നു. വെള്ളം നിറച്ചിട്ടുണ്ടെന്നറിയിച്ചശേഷം കാച്ചിയ എണ്ണ പകർന്നുകൊടുത്തു. നൂറ് വയസ്സുവരുന്ന ഏതോ കഥയിലെ ഗ്രാമ്യാന്തരീക്ഷത്തിൽ താനെങ്ങനെയോ പെട്ടുപോയതാണെന്ന് അവനുതോന്നി.

കിണറ്റുവെള്ളത്തിന്റെ തണുപ്പിനെ കോരിക്കുളിപ്പിച്ച് വരുമ്പോൾ കഠിനമായ വിശപ്പുതോന്നി. വിശപ്പ് മാറ്റാൻ പെൺകുട്ടി കഞ്ഞിവിളമ്പി.

"മോനിന്ന് വരൂന്ന് കരുതിയതല്ല. ഒന്നും വിശേഷായിട്ട് കരുതീട്ടില്ല. കഞ്ഞി ഇഷ്ടമാവോ എന്തോ?"

"അവിടേം ഞങ്ങൾക്കെന്നും വൈകിട്ട് കഞ്ഞിയാ."

പപ്പടത്തിന്റെ ചൂടുള്ള ചീള് വായിലേക്കെറിഞ്ഞ്, കള്ളന് കഞ്ഞിവച്ചവരെന്നൊരു പഴമൊഴി ഓർത്ത്, നിശ്ശബ്ദം ചിരിച്ചു.

പെൺകുട്ടി കട്ടിലിൽ പായ വിരിച്ചു. അടുത്തുവെക്കാൻ ടോർച്ച് തന്നു. "ബാലേട്ടന്റെ മുറിയാ" മലർന്നുകിടന്ന് മച്ചിനെ നോക്കുമ്പോൾ പെൺകുട്ടി തിരിഞ്ഞുവന്ന് വാതിലിലൂടെ പകുതി മുഖം കാണിച്ചു.

"ആരാ ഈ സുകന്യ? ചേട്ടനറിയ്യോ?"

കള്ളനൊന്ന് ഞെട്ടി. ഇരുട്ടതിനെ മറച്ചുപിടിച്ചു.

"ഇല്ല" കള്ളൻ തീർത്തുപറഞ്ഞു.

"നൊണ പറയല്ലേ ചേട്ടാ. അമ്മയ്ക്കറിഞ്ഞൂടാ. പക്ഷേ, എനിക്കെ

ഴുതീട്ടൊണ്ട് ചേട്ടത്തിയമ്മേനെപ്പറ്റി. കാണാൻ സുന്ദരിയാ?"

"നിന്നോളം വരില്ല. കുറച്ചുകൂടി ഉയരോണ്ടാവും."

"നൊണ പറയല്ലേ."

"സത്യം."

അവൾ കുറച്ചുനേരം നിശ്ശബ്ദയായി നിന്നു. അവളുടെ മുഖം നാണം കൊണ്ട് ചുവന്നുപോയിരുന്നത് അവൻ കണ്ടു.

"ബാലേട്ടനപ്പോ അവിടെ സ്ഥിരാവോയിരിക്കൂല്ലേ? പിന്നെ വർഷത്തിലൊരിക്കലോ, രണ്ടുവർഷംകൂടുമ്പോഴോ വരുമായിരിക്കും. ഞാനിവിടെ ഒറ്റയ്ക്കായി. അമ്മേം" അവൾ ദുഃഖിതയായി. അവനൊന്നും മിണ്ടാൻ പോയില്ല.

"കമ്പനീന്ന് കൊറേപ്പേരെ പിരിച്ചുവിടാൻ പോണെന്ന് പറഞ്ഞിരുന്നു."

"ങും"

"നിങ്ങളുമൊക്കെ പെടോ ?"

"അറിയില്ല"

"എന്നാ കഷ്ടാവും. ചേട്ടന് ഒരൊറ്റക്കാശില്ല സമ്പാദ്യായിട്ട്"

"ആഭരണോക്കെ വാങ്ങിയാരുന്നോ?" ചോദ്യം അനവസരത്തിലാണെന്നറിയാമെങ്കിലും ഒന്നറിഞ്ഞിരിക്കുന്നത് നല്ലതാണല്ലോ.

പെൺകുട്ടി പിൻവലിഞ്ഞ്, ധൃതിയിൽ ആഭരണപ്പെട്ടിയുമായി വന്നു. കള്ളന്റെ കണ്ണ് മഞ്ഞളിച്ചുപോയി. ഓരോന്നായി കൈയിലെടുത്ത് ഭംഗി ആസ്വദിച്ചു. അവളുടെ ചേട്ടൻ കൊടുത്തുവിട്ട ആഭരണത്തെപ്പറ്റി വല്ലതും ചോദിച്ചേക്കുമോ? കള്ളന് ചെറിയ ഭീതി തോന്നി.

" ചേട്ടനിഷ്ടായോ"

"ഉവ്വ്. നന്നായിട്ടുണ്ട്?"

കള്ളൻ സ്വർണ്ണത്തിന്റെ വിലസൂചിക ഓർക്കാൻ ശ്രമിച്ചു.

"എഴുപത്തഞ്ചാ അവര് ചോദിച്ചത്. അമ്പതിലൊതുങ്ങി. ഞാനീ കല്യാണം വേണ്ടെന്ന് പറഞ്ഞതാ. ചേട്ടന്റെ നിർബ്ബന്ധം. ചേട്ടനിനി നാട്ടിലൊരുതുണ്ട് ഭൂമിയില്ല. ഒരുപാട് പേരേന്ന് കടോം വാങ്ങീട്ടൊണ്ടാവുംല്ലേ?"

കള്ളൻ താല്പര്യമില്ലാതെ തല കുലുക്കി.

"ഉറക്കം വരണല്ലേ. ഞാൻ വർത്താനം പറയാൻ തൊടങ്ങ്യാല് പിന്നെ നിർത്തില്ല. ചേട്ടൻ കെടന്നോ." അവന്റെ കോട്ടുവായ്ക്ക് പിന്നാലെ അവൾ പിൻവാങ്ങി.

കള്ളന്റെ പകുതി ജീവൻ തിരിച്ചുകിട്ടി. പെൺകുട്ടിക്ക് മനസ്സിൽ നന്ദി പറഞ്ഞു. അടുത്തൊരു കോട്ടുവായുടെ ഗഹ്വരത്തിലൂടെ കള്ളൻ നിദ്രയെ പ്രാപിച്ചു. ഞെട്ടിയുണരുമ്പോൾ വെളുപ്പാൻ കാലം മൂന്ന്. പ്രവർത്തനോന്മുഖനാകേണ്ട സമയമാണിത്. തെറ്റാതെ ഉള്ളിൽ മുഴങ്ങിയ അലാറത്തെ മനസ്സാ സ്തുതിച്ചു. തലയ്ക്കലിരുന്ന ടോർച്ചെടുത്തു. പൂച്ചക്കാല് വച്ച് പുറത്തേക്കുള്ള വാതിൽ തുറന്നിട്ടു. സൂട്ട്കെയസിൽ കയിലി മടക്കിവെച്ച് പാന്റ്സും ഷർട്ടും ഫിറ്റ് ചെയ്തു. ഇതിനിയെടുത്ത് വാതി

ലിനടുത്തുവച്ചാൽ മുറിയിലേക്കുള്ള നടത്തം ലാഭിക്കാം.

പെൺകുട്ടിയും അമ്മയും ഉറങ്ങുന്ന മുറിയാണിത്. വാതിൽ ചാരിയിട്ടേയുള്ളൂ. ഇരുവരും സുഖനിദ്രയിൽ. അലമാരി കിഴക്കേ അറ്റത്തെ മൂലയിലാണ്. അതിനുള്ളിലാണ് ദ്രവ്യം. പെൺകുട്ടി ആഭരണപ്പെട്ടിയുമായി പോയശേഷം അലമാര പൂട്ടുന്നത് കള്ളൻ ശ്രദ്ധിച്ചിരുന്നു. ഭാഗ്യം വിടാതെ പിന്തുടരുകയാണ്. ആദ്യ തപ്പലിൽ തന്നെ താക്കോൽ കിട്ടി. തലയിണയ്ക്കടിയിലാണ് സൂക്ഷിപ്പ്. ഒച്ചയുണ്ടാക്കല്ലേയെന്ന് അലമാരയോട് പ്രാർത്ഥിച്ച് പൂട്ടിന്റെ ശൂന്യതയിൽ തിരിച്ചു. സ്വതസിദ്ധമായ ഇടപെടലുകൾകൊണ്ട് അവൻ തന്റെ കർമ്മത്തെ വേഗേന സഫലമാക്കി.

വാതിൽ ചേർത്ത് ചാരി പെട്ടിയെടുത്ത് സ്ലോമോഷൻ ചലനത്തിലൂടെ വരാന്തയിലേക്കിറങ്ങി. നിലാവ് ഇരുട്ടിനുമേൽ മയങ്ങിക്കിടപ്പുണ്ട്. മുറ്റത്ത് ചവിട്ടുന്നതിനുമുമ്പ്, ഒന്നും മറന്നിട്ടില്ലെന്ന് ഉറപ്പുവരുത്തി. കൈയിലിരുന്ന ടോർച്ച് കള്ളന്റെ മറവിയെ ഓർമ്മിപ്പിച്ചു. അത് തിരിച്ചുവച്ചേക്കണമെന്ന് തീരുമാനിച്ചതായിരുന്നു. ഇനി ഇരുന്നോട്ടെ. റോഡിലെത്തിയപ്പോൾ കള്ളൻ ആവേശത്തോടെ ശ്വാസം നേരെവിട്ടു. പൊലീസിനെക്കൊണ്ടുള്ള പൊറുതികേട് ഗ്രാമത്തിലധികമല്ല. വന്നാലും പെട്ടി ഉയർത്തിക്കാട്ടി പറയാം- ആദ്യബസ് പിടിക്കാൻ പോവാണ് പൊലീസേ. വിട്ടേക്ക്.

റോഡിന്റെ വളവ് തിരിഞ്ഞപ്പോൾ മനസ്സൊരു പാളത്തിന്മേൽ നിരങ്ങിയിറക്കിയപോലെ. വേണ്ടാതീനപ്പെട്ട ചിന്തകളുടെ ഗുഡ്സ് വണ്ടി ഇനിയതിലേ ഇഴഞ്ഞു തുടങ്ങുമെന്ന് കള്ളന് ബോദ്ധ്യമായി. -പെൺകുട്ടിയും അമ്മയും രാവിലെ എഴുന്നേല്ക്കും. പെൺകുട്ടി ചായ തയ്യാറാക്കി വാതിലിൽ മുട്ടും. മറുപടി കിട്ടാഞ്ഞ് വാതിൽ തുറക്കും. 'ചേട്ടനെ കണ്ടില്ലല്ലോ.' അമ്മയപ്പോൾ പലഹാരം ചുടുന്ന തിരക്കിലാണ്. അവൾ കുളിമുറിയിലും മുറ്റത്തും പരതും. ഉള്ളിലിരുന്ന കതിനകൾ പൊട്ടുന്നതപ്പോഴാണ്. അലമാരി തന്നെ ആദ്യമവൾ തുറന്നുനോക്കും. പിന്നെയൊരു നിലവിളി. അതിനോടൊപ്പം മറ്റൊരു അടഞ്ഞ ശബ്ദവും കൂടി വന്നുചേരും. ദാരണ്ട്പേർ.... ഗുഡ്സ് വണ്ടിക്ക് തലവെയ്ക്കാൻ... കള്ളന്റെ കാലിൽ ആരോ തൂങ്ങിക്കിടക്കും പോലെ... ഒരടി മുന്നോക്കം പോകുന്നില്ല. കള്ളൻ വിയർപ്പിൽ മുങ്ങി. ശ്വാസം മുട്ടി.

ഇങ്ങനെയൊരു ചിന്തയോ പശ്ചാത്താപമോ താൻ അനുവർത്തിച്ചുപോരുന്ന തൊഴിലിന്റെ നീതിശാസ്ത്രത്തിലില്ല എന്ന് സ്വയം പറഞ്ഞുകൊണ്ടിരുന്നെങ്കിലും പെട്ടെന്നൊരു മുഹൂർത്തത്തിൽ ശരീരത്തെ എതിർദിശയിൽ പിടിച്ച് നടക്കാൻ തുടങ്ങി. മോഷണവസ്തു തിരിച്ചു നല്കാൻ പോകുന്ന കള്ളന് മുന്നുപമകളേതുമില്ല.

വീട് വിസ്മയിച്ചു. തലകുനിച്ചവൻ ഉമ്മറത്തെത്തി. അവർ ഉറക്കത്തിൽത്തന്നെ എന്ന് ചെവി പറഞ്ഞു. വാതിലിനെ ഉണർത്താതെ അകത്ത് കടന്നു. പരിഭ്രമം ലവലേശം തോന്നിയില്ല. മുതൽ യഥാസ്ഥാനത്ത് വച്ച്, കള്ളൻ നിഷ്ക്രമിച്ചു. കള്ളന് ചിരിവന്നു. രാവിലെ

തന്നെക്കാണാഞ്ഞ് ഇരുവരും കണ്ട ഒരേ സ്വപ്നത്തെക്കുറിച്ച് അമ്മയും മകളും തർക്കിച്ചേക്കും. മുറ്റം കടന്നില്ല ആരോ ഇരുട്ടിൽ ഒച്ചയെടുത്തു കള്ളൻ... കള്ളൻ..

കള്ളന്റെ ജീവിതത്തിലെ ദശാസന്ധിയാണിത്. സമീപത്തെ വീടുകൾ ഉണർന്നുണർന്നു വരുന്നു. വാതിലുകൾ തുറക്കുന്ന ശബ്ദം. തനിക്കുമുന്നിലെ വാതിലുകൾ അടയുകയാണോ? വീണ്ടും മറന്ന ടോർച്ച് വലതുകൈയിൽ, ഭാരക്കട്ടിയായി തൂങ്ങി. ഏതു ഭാഷയിൽ പറഞ്ഞാൽ ജനക്കൂട്ടം തന്റെ നിരപരാധിത്വം മനസ്സിലാക്കുമെന്ന് അവൻ വ്യാകുലപ്പെട്ടു. ആളുകൾ നാലുപാടുനിന്നും പടലയിളക്കി വരികയാണ്. മരത്തിന്റെ മറവിൽ അന്തിച്ചുനിന്നുപോയ കള്ളനെ അവർ കണ്ടെത്തിക്കഴിഞ്ഞു. “നിക്കടാ അവിടെ. നിന്നെയില്ലേ അടിച്ചുകൊല്ലും.”- ഒരുത്തൻ പറഞ്ഞു. കള്ളൻ നടുവിരൽ ചുണ്ടോടു ചേർത്ത് ഒരശ്ലീലം കാട്ടുകയും അനന്തരം ജീവിതവും മുറുകെപ്പിടിച്ച് ഓടാൻ തുടങ്ങുകയും ചെയ്തു.

നാട്ടിടവഴി

പൊന്നരിവാളമ്പിളിയിലെന്ന കെ പി എ സി നാടകഗാനം മൂളി ക്കൊണ്ടും ചുറ്റുപാടുകളെ സശ്രദ്ധം വീക്ഷിച്ചുകൊണ്ടും നാരായണേ ട്ടൻ ആ സായംകാലത്തിൽ ജങ്ഷനിലേക്ക് നടന്നു. തെളിഞ്ഞ വൈകു ന്നേരം. നേർത്ത കാറ്റ്, അരിച്ചുവീഴുന്ന ഇളം വെയില്-ഇവയാലൊക്കെ അന്തരീക്ഷം സന്തോഷകരമായിരുന്നു. വീട്ടുമുറ്റത്തെ ലക്ഷ്മണരേഖ യായിക്കരുതി രണ്ടുവർഷത്തോളമായി അതിനുള്ളിൽ നട്ടംതിരിയുകയാ യിരുന്നു അയാൾ. ആരെങ്കിലുമൊക്കെ വീട്ടിലേക്കുള്ള വഴി തിരിയു മ്പോൾ അയാൾ ആഹ്ലാദം കൊണ്ട് വീർപ്പുമുട്ടി. ലോക്കൽ കമ്മിറ്റി അഞ്ചു തവണ നാരായണേട്ടന്റെ വീട്ടിൽ ചേർന്നത് സഖാവിന്റെ അനാരോഗ്യം പരിഗണിച്ചായിരുന്നു. അടുത്ത കമ്മിറ്റിക്ക് താനങ്ങെത്തിക്കൊള്ളാമെന്ന് സഖാവ് സുധാകരനോട് അയാൾ ആത്മവിശ്വാസത്തോടെ പറയുകയു ണ്ടായി. പിന്നെ അവസാനത്തെ ആൾ പോയ വെളിച്ചം മറയുംവരെയും അയാൾ മുറ്റത്തുതന്നെ ഇരുന്നു.

വീട്ടിലിങ്ങനെ കുത്തിപ്പിടിച്ചിരുന്നുള്ള പരിചയമോ ഇത്തരം വിര സാവസ്ഥകളെ ആനന്ദകരമാക്കുന്നതെങ്ങനെ എന്നുള്ളതിനെപ്പറ്റിയുള്ള ജ്ഞാനമോ ഒന്നും ഉണ്ടായിരുന്നില്ല അയാൾക്ക്. രാവിലെ അഞ്ചെന്നൊരു മണിയുണ്ടെങ്കിൽ അയാൾ എഴുന്നേറ്റിരിക്കും. തൂമ്പയുമെടുത്ത് പറമ്പി ലേക്കോ വയലിലേക്കോ നടന്നിരിക്കും. അയാളെയും കാത്ത് നെൽച്ചെ ടികളും വാഴകളും പുലർവെട്ടത്തിൽ കണ്ണും ചിമ്മി നില്പുണ്ടാവും. നിന ക്കെത്ര കുട്ട ചാണകമിട്ടതാ. എന്നിട്ടും കുരുടു പിടിച്ചല്ലേ നില്പ് എന്ന് തെങ്ങിൻ തയ്യിനോടൊരു സ്വകാര്യം പറയും. ഉച്ച കത്തുമ്പോൾ, ജോലി നിർത്തി, തൂമ്പാ കഴുകി, മുഖം കഴുകി, കാൽ കഴുകി തിരിച്ചുനടക്കും. ഊണുകഴിച്ചൊരു മയക്കം. മയക്കം വിട്ടുണർന്നാൽ പശുവിനെ കറക്കും.

ചായ കുടിച്ചിട്ട് പിന്നെ നില്പില്ല. നടത്തമാണ്. ചുമ്മാതങ്ങ് നടക്കും. ഏതെങ്കിലുമൊരു വഴിയിലൂടെ. വർഷങ്ങളായുള്ള ശീലമാണ്. ഓരോ നാട്ടിടവഴിയും നാരായണേട്ടന് സ്വന്തം കൈവരപോലെ പരിചിതം. ഓരോ ആളിനോടും കൂടെപ്പിറപ്പിനോടെന്നപോലെ സ്നേഹം.

"നാരായണനാ കേറിവാ. കട്ടൻ ചായ കുടിച്ചേച്ചും പോവാം." എൺപതു കഴിഞ്ഞ ചെല്ലമ്മ കമ്മാട്ടി വീട്ടുമുറ്റത്തു നിന്ന് വിളിച്ചു.

"കമ്മാട്ടീ ഞാനിപ്പ ചായകുടിച്ചിറ്റേയൊള്ള്."

വഴിയിൽ ദാക്ഷായണിയമ്മ കാത്തുനിന്നു.

"നാരായണേട്ടാ... അങ്ങേലെ വീട്ടുകാര് എനിക്കിതുവരെ വഴി തന്നിട്ടില്ല കേട്ടാ. നിങ്ങളൊന്ന് വന്നു സംസാരിച്ചാ ശരിയാവും. ഞാൻ വീട്ടിലോട്ട് വരാനിരുന്നതാ."

"ദാക്ഷായണി വാ."

നാരായണേട്ടൻ ദാക്ഷായണിയേം വിളിച്ച് നടക്കുമ്പോൾ, പിറകേ അബ്ദുൾ ഖാദർ അന്വേഷിച്ചു വരികയായിരുന്നു. അബ്ദുൾ ഖാദറിനെങ്ങനെയോ വിവരം കിട്ടി. നാരായണേട്ടൻ ഈ വഴി പോന്നിട്ടുണ്ടെന്ന്. ഉടനേ പിറകേ പിടിച്ചതാണ്.

"പോസ്റ്റ് കൊണ്ടിട്ടിട്ട് മാസം മൂന്നായി. നമ്മക്കാ ഇലക്ട്രിസിറ്റി ആപ്പീസുവരെയൊന്നു പോണം."

നാരായണേട്ടൻ അബ്ദുൾ ഖാദറിനേയും കൂടെക്കൂട്ടി.

"പോണ കാര്യം നാളെ തീരുമാനിക്കാം. ഇപ്പ നിങ്ങള് എന്റൊപ്പം വാ"

ദാക്ഷായണീടെ വഴിപ്രശ്നം പരിഹരിക്കാൻ എതിർകക്ഷി വിദ്യാധരന്റെ വീട്ടുമുറ്റത്തെത്തുമ്പോ പത്തുപതിനഞ്ചാളായിക്കഴിഞ്ഞു.

"നാരായണേട്ടാ..... നിങ്ങള് പറഞ്ഞാ എനിക്ക് പിന്നെതിരൊണ്ടോ. നിങ്ങള് ചെയ്തിട്ടൊള്ള സഹായങ്ങള് ഞാൻ മറക്കൂല".

പെട്ടെന്ന് നാരായണേട്ടന് കുഞ്ഞിരാമപ്പണിക്കരെ ഓർമ്മ വന്നു. അവിടെയെത്താൻ ഇനിയും അരമണിക്കൂർ നടക്കണം. പണിക്കരെ തളർവാതം പിടികൂടീട്ട് വർഷം അഞ്ചെട്ടായി. നാരായണേട്ടനെ കാണുമ്പോ പണിക്കർക്ക് സന്തോഷമാവും - കാര്യങ്ങള് പറയാൻ ഒരാളായി. നാരായണേട്ടനെ നാളെ ഏതുവഴിയേ പോയാൽ കാണാം എന്നൊരു സന്ദിഗ്ദ്ധ ചിന്ത അബ്ദുൾ ഖാദറിനെ പിടികൂടുമ്പോൾ അയാൾ അകലെ മറഞ്ഞിരുന്നു. നാരായണേട്ടന്റെ നടത്തത്തിന് മുൻനിശ്ചയങ്ങളൊന്നുമുണ്ടാവില്ല. ഏതുവഴി ചെന്നാലും അയാളെയും കാത്ത് കുറച്ചുപേരുണ്ടാവും.

അങ്ങനെ ആ സായംകാലം നാരായണേട്ടനെ വരവേറ്റു. നടത്തത്തിന് ഊന്നുവടി താങ്ങായി. ഏന്തിയും വലിഞ്ഞുംവരുന്ന നാരായണേട്ടനെ കണ്ടതും കൊച്ചപ്പിയാശാൻ ഇരിപ്പിടത്തിൽനിന്ന് എഴുന്നേല്ക്കുകയും റോഡിലേക്കിറങ്ങിച്ചെന്ന് കടയിലേക്കുവരാൻ സഹായിക്കുകയും ചെയ്തു. സ്വന്തം ഇരിപ്പിടം തൂത്ത് വൃത്തിയാക്കി നാരായണേട്ടനെ നിർബ്ബന്ധപൂർവ്വം അതിൽ പ്രതിഷ്ഠിച്ചു. നാരായണേട്ടൻ കാലൊടിഞ്ഞു കിട

ക്കാൻ തുടങ്ങിയിട്ട് നാളെത്രയായി. ഇതിനിടയിൽ പോകാൻ കഴിഞ്ഞത് ഒരൊറ്റ ദിവസം മാത്രം. കൊച്ചപ്പിയാശാൻ കുറ്റബോധത്താൽ നനഞ്ഞു തുടങ്ങി.

കടയ്ക്ക് നൂറുവാര അകലെനിന്നിരുന്ന ആൽമരത്തെ വ്യസനപ്പെട്ടുനോക്കി നാരായണേട്ടൻ. ദൂരെനിന്നു വരുമ്പോൾത്തന്നെ ആ സ്ഥലത്തുനിന്നെന്തോ നഷ്ടപ്പെട്ടതായി നാരായണേട്ടന് അനുഭവപ്പെട്ടിരുന്നു. കൊമ്പുകൾ നഷ്ടപ്പെട്ട ആൽമരത്തിന്റെ സ്ഥൂലശരീരത്തിൽ കണ്ണീർ പോലെ അതിന്റെ കറ കട്ടപിടിച്ചുനിന്നു. ആൽമരം തന്നോടെന്തോ പറഞ്ഞുവെന്ന് അയാൾക്ക് തോന്നി. ഇതിന്റെ ചോട്ടിൽനിന്നു പ്രസംഗിച്ച നേതാക്കളാരൊക്കെ!

ആ നോട്ടത്തിന്റെ ഉൾപ്പൊരുൾ വെളിപ്പെട്ടു കിട്ടിയതോടെ വരാൻ പോകുന്ന റോഡിന്റെ വികസനത്തെപ്പറ്റി കൊച്ചപ്പിയാശാൻ വാചാലനായി. കടയുടെ മുൻവശം കുറച്ചുപോവും. എന്നാലെന്ത്. വസ്തുവിന്റെ വിലകേറിയങ്ങ് പൊങ്ങില്ലേ. ഇപ്പൊ റോഡ്സൈഡിലെ വസ്തൂന്റെ വെലയെത്രാന്ന് അറിയാവോ? തന്റെ സംഭാഷണത്തിനൊപ്പം നാരായണേട്ടനില്ലെന്ന് മനസ്സിലാക്കി. അയാൾ മറ്റൊന്നിലേക്ക് മാറ്റിച്ചവിട്ടി. “ഉച്ചയ്ക്ക് ചൂടുകാരണമിനി ഇരിക്കണ്ട. മറ്റേത് എന്തൊരു തണലായിരുന്നു.”

നാരായണേട്ടനപ്പോൾ റോഡ് മുറിച്ചുവരുന്ന രണ്ടുപേരെ കണ്ണിൽപ്പെടുത്താൻ കിണഞ്ഞുശ്രമിക്കുകയായിരുന്നു. ഒപ്പം രണ്ടു കുട്ടികളുമുണ്ട്. കാഴ്ചയ്ക്കിപ്പോൾ ദൂരം പോരാ. അടുത്തുവന്നു നിന്നാലും ആളറിയാൻ വയ്യാത്ത അവസ്ഥ. ചെറുപ്പക്കാരൻ കടയുടെ നേരെ നടന്നപ്പോൾ, പെണ്ണാൾ കുറച്ചകലത്തായി നടത്തം നിർത്തി. കുട്ടികളെയും പിടിച്ച് റോഡിലേക്കു നോക്കി നിലയുറപ്പിച്ചു അവൾ.

ആഗതൻ നാരായണേട്ടനുമുന്നിൽ നിലയുറപ്പിച്ചു.

“നാരായണേട്ടനല്ലേ?”

വന്നയാൾക്കായി നാരായണേട്ടൻ നിഷ്കളങ്കമായ ഒരു ചിരി സമ്മാനിച്ചു.

“എന്നെ ഓർക്കണില്ലേ?” നാരായണേട്ടന്റെയും കൊച്ചപ്പിയാശാന്റെയും മുഖത്ത് പ്രതീക്ഷയോടെ അവൻ മാറിമാറി നോക്കി. രണ്ടാളുകളുടെയും മുന്നിൽ ഓർമ്മയുടെ വാതിൽ നിർദ്ദയം അടഞ്ഞുകിടന്നു.

“ദിനേശനാ, ദിനേശൻ. പണ്ട് മുട്ടേക്കോട്ട് എസ്റ്റേറ്റിലെ ടാപ്പിങ്ങിന് വന്ന.....”

കൊച്ചപ്പിയാശാനും നാരായണേട്ടനും അത്ഭുതത്തിന്റെ പാതയിൽ ഒരുമിച്ചു കണ്ടുമുട്ടി.

“എടാ.... നീയങ്ങ് മാറിപ്പോയല്ലോടാ..... ആ നിക്കണത് ബീനയാ? വിളിക്കവളെയിങ്ങ്.”

നാരായണേട്ടൻ കുട്ടികളുടെ മുഖത്ത് വാത്സല്യത്തോടെ തലോടി. കൊച്ചപ്പിയാശാൻ അവർക്ക് മിഠായി സമ്മാനിച്ചു.

“നീയിത്രനാളും എവിടാരുന്നു ദിനേശാ?”

"ഞങ്ങളന്നിവിടുന്ന് പോയേപ്പിന്നിങ്ങോട്ട് വന്നില്ല നാരായണേട്ടാ. ബീനേടെ ഒരാങ്ങള വന്നിട്ടൊണ്ടായിരുന്നല്ലോ ആയെടയ്ക്ക്; ഞങ്ങളെ കണ്ടാ കൊല്ലൂന്നും തിന്നൂന്നൊക്കെ പറഞ്ഞിട്ട്. പേടിച്ചിറ്റല്ല. ഇവള് സമ്മതിച്ചില്ല. പിന്നെ ഞങ്ങള് തമിഴ്നാട്ടില് പോയി. തെങ്കാശിക്കടുത്താ ഇപ്പ താമസം. ഞങ്ങള് രണ്ടാളും ജോലിക്കു പോണൊണ്ട്.

ഇപ്പഴായപ്പൊ ബീനയ്ക്കൊരു നിർബ്ബന്ധം. അച്ഛനേം അമ്മേനേം കാണണോന്ന്. പിള്ളാരാണെങ്കീ അപ്പൂപ്പനേം അമ്മൂമ്മേനേം കണ്ടിറ്റൂല്ല".

"അത് നന്നായി." നാരായണേട്ടൻ പറഞ്ഞു.

മുട്ടേക്കോട്ട് റബ്ബറെസ്റ്റേറ്റിൽ പണിക്കുവന്ന ദിനേശൻ, തോട്ടം നോക്കലുകാരന്റെ മകൾ ബീനയുമായി പ്രേമമായി. പണീന്ന് പറഞ്ഞുവിട്ടിട്ടും, ദിനേശൻ ഇവിടെത്തന്നെ ചുറ്റീം പറ്റീം നിന്നു. ബീനേടെ വീട്ടുകാരും വരുത്തരായിരുന്നു. ദിനേശൻ നാരായണേട്ടന്റെ അടുക്കലെത്തി വിവരം ബോധിപ്പിച്ചു. അയാളന്ന് മുട്ടേക്കോട്ടെസ്റ്റേറ്റിലെ തോട്ടം തൊഴിലാളികളെ സംഘടിപ്പിക്കാനുള്ള ശ്രമത്തിലായിരുന്നു. ഒരുദിവസം അർദ്ധരാത്രീല് രണ്ടാളും കൂടി വീട്ടിൽ കയറിവന്നു. ഞങ്ങളെ ഒരുമിച്ച് ജീവിക്കാൻ സമ്മതിച്ചില്ലേ ചത്തുകളയൂന്ന് പറഞ്ഞാണ് വരവ്. സമാധാനമൊണ്ടാക്കാമെന്നു പറഞ്ഞ് വീട്ടിനകത്തെ മുറീല് ഒളിപ്പിച്ചിരുത്തി. കൊച്ചപ്പിയാശാന് കാളവണ്ടിയൊള്ള കാലമാണ്. എല്ലാ ബുധനാഴ്ചേം രാവിലെ ചന്തേലേക്ക് വണ്ടി പോവും. രണ്ടിനേം കൂടി വെളുപ്പാൻ കാലത്ത് അതിൽ കയറ്റിവിട്ടു. വഴിച്ചെലവിന് കൊറച്ച് കാശും കൊടുത്തു. "എവിടേലും പോയി ജീവിച്ചോ."

"അവരിപ്പൊ എവിടാന്ന് അറിയോ നാരായണേട്ടാ?" ദിനേശന് ചോദ്യം ഒരിക്കൽക്കൂടി ആവർത്തിക്കേണ്ടിവന്നു.

"ആര്?"

"ബീനേടെ വീട്ടുകാരേ?"

നാരായണേട്ടന്റെ ശരീരത്തിൽ കുറച്ചു നേരത്തേക്കൊരു സ്തംഭനം ബാധിച്ചു.

"അവരിപ്പഴവിടില്ലേ?" നാരായണന്റെ ശബ്ദത്തിൽ ആശ്ചര്യത്തിന്റെ കഫക്കെട്ടുണ്ടായി.

"ഞങ്ങളുച്ചയ്ക്കേ വന്നതാ നാരായണേട്ടാ. വഴിതെറ്റിപ്പോയെന്നാ ആദ്യം കരുതിയതേ. ഇപ്പോഴവിടാ വീടില്ല. കാടുപിടിച്ചു കെടക്കാണാ പൊരയിടം. മണ്ണും മരോമൊക്കെ പോയി. വീടിന്റെ അടിസ്ഥാനം മാത്രമൊണ്ടവിടെ."

"അടുത്തൊന്നും ചോദിച്ചില്ലേ?"

"തെരക്കിയാരുന്നു. അവർക്കും അറിഞ്ഞൂടാ എങ്ങോട്ടാ പോയതെന്ന്. തോട്ടം പൂട്ടിയപ്പോ ഇവിടുന്ന് വിറ്റുപെറുക്കി പോയെന്നേ അറിയൂ."

ചെമ്മൺ നിരത്ത്. ഇടത്തുതിരിഞ്ഞാൽ വയൽ വരമ്പ്. വരമ്പേ നടന്നാൽ വയലിന്റെ പച്ചപ്പ് ഇരുവശവും. വയലിനെ നെടുകെ പിളർന്ന്

കൊച്ചു തോട്. തോടിനു പിന്നേം ഒരു മൈല് നടന്നാൽ മുട്ടേക്കോട്ട് എസ്റ്റേറ്റ്. എസ്റ്റേറ്റിന്റെ തുടക്കത്തിൽ വയലിലേക്കു നോക്കിയിരിക്കുന്ന ഓലമേഞ്ഞവീട്... വഴിതെറ്റാതെ മറുവശത്തുകൂടിയുള്ള ഏലാവഴിയേ കൊച്ചപ്പിയാശാനും ആ വീടിനു മുന്നിലെത്തിയിരുന്നു.

"അവരവിടുന്നു പോയ കാര്യം ഞാനറിഞ്ഞിട്ടേയില്ല ദിനേശാ. നിങ്ങള് ഇടയ്ക്ക് കത്തയയ്ക്കുകയോ കാണുകയോ ഒന്നുമുണ്ടായില്ലേ?"

ബീന പൊടുന്നനെ കരഞ്ഞുതുടങ്ങി.

"നീ കരയാതിരിക്ക്" - ദിനേശൻ ബീനയ്ക്കു നേരെ തിരിഞ്ഞു.

"നാരായണേട്ടാ. അവരെ കാണുകയാണെങ്കില് ഞങ്ങള് വന്നിരുന്നതായി പറയണം. ഈ വിലാസത്തില് ഒരു കത്തെഴുതിയിടാൻ പറയണം." അവൻ വിലാസം നാരായണേട്ടന് കുറിച്ചു നല്കി.

"ഇനി നിക്കണില്ല. താമസിച്ചാ ഇന്നിനി പോകാനും പറ്റൂല്ല." ദിനേശൻ യാത്ര ചോദിക്കുകയാണ്.

നാരായണേട്ടൻ ചുറ്റുപാടുകൾ മറന്ന് കസേരയിൽ കുറേനേരമങ്ങനിരുന്നു. എങ്കിലും അവർ എവിടെപ്പോയതാവും? ഇനിയെന്നെങ്കിലും ബീനയ്ക്ക് അവരെ കാണാൻ കഴിയുമോ? എന്തുകൊണ്ടാണ് ഒരു കുടുംബത്തിന്റെ തിരോധാനം ആരും പറഞ്ഞറിയാത്തത്?

അനക്കമറ്റിരിക്കുന്ന ദേഹത്തെ കൊച്ചപ്പിയാശാൻ സൂക്ഷിച്ചുനോക്കുമ്പോൾ നാരായണേട്ടൻ മുഖമൊന്നുയർത്തി ഇങ്ങനെയൊരു സംഭവം പറഞ്ഞു.

"എന്റെ അനിയന്റെ മകൻ ശശിയെ കൊച്ചപ്പിക്ക് അറിയാമോ എന്തോ? ഞങ്ങളുടെ എല്ലാ കാര്യത്തിലും സഹകരിക്കുന്നവൻ, ഒന്നിടവിട്ട ദിവസങ്ങളിലെങ്കിലും വീട്ടിൽ വരുന്നവൻ. അവൻ പേർഷ്യയിലേക്ക് പോയി. നാലഞ്ചു കൊല്ലം കഴിഞ്ഞാ തിരിച്ചുവന്നത്. കഴിഞ്ഞയാഴ്ച വീട്ടിക്കേറിവന്നപ്പൊ ഞാൻ സത്യത്തീ അന്തിച്ചുനിന്നുപോയി. ഇങ്ങനെയൊരാള് ഉണ്ടായിരുന്നല്ലോന്ന കാര്യം ഞാനപ്പഴല്ലേ വീണ്ടും ഓർത്തത്. ജീവിതോം പിടിച്ചോണ്ടുള്ള ഓട്ടത്തിനെടേല് വേണ്ടപ്പെട്ടവരെത്തന്നെ നമ്മള് മറന്നുപോവും. പിന്നെന്നെങ്കിലും വീണ്ടുമവരു വന്ന് നമ്മുടെ മുമ്പീക്കേറി നിക്കുമ്പം നമ്മള് അതിശയിച്ചുപോവും -ശ്ശെടാ.. നീയിപ്പഴും ജീവിച്ചിരിക്കയല്ലേന്ന്!"

നാരായണേട്ടനിതു പറഞ്ഞുനിർത്തിയതും ഉള്ളിലെവിടയോ ഒരു കാന്താരിമുളക് എരിഞ്ഞതായി കൊച്ചപ്പിയാശാനു തോന്നി.

നാരായണേട്ടൻ പതിയെ റോഡിലേക്കിറങ്ങി. അപ്പോൾ വന്ന ബസിലേക്ക് ദിനേശനും ബീനയും കയറുകയായിരുന്നു. അവർക്കുനേരെ നാരായണേട്ടൻ കൈവീശി. അവരത് കണ്ടോ എന്തോ?

കാരുണ്യ ഹോസ്പിറ്റൽ

ഡോ. ആന്റണി പരിശോധനാമുറിയിൽ അലസമായൊരു ഉച്ചയിൽ ഉറക്കത്തോട് സന്ധിചെയ്യുകയായിരുന്നു. രാവിലെ മുതലുള്ള മഴച്ചാറ്റൽകൊണ്ട് അന്തരീക്ഷത്തിൽ തണുപ്പ് വിങ്ങിപ്പിടിച്ചുനിന്നു. കുറച്ചു മുൻപ് അകത്താക്കിയ രണ്ട് പെഗ്ഗിന്റെ തരിപ്പ് ഡോ. ആന്റണിയുടെ കൺപോളകളിൽ കനത്തുവന്നു. രോഗികൾ ആരെങ്കിലും വന്നെങ്കിലോ എന്ന ആശങ്കയിൽ, ആസക്തിയെ മനസ്സില്ലാമനസ്സോടെ സഡൻ ബ്രേക്കിട്ട് നിർത്തിയതാണ്. രാവിലെ വന്നുപോയ രണ്ടു പനിക്കാരായിരുന്നു ഡോക്ടറുടെ ഇന്നത്തെ സന്ദർശകർ. ഇങ്ങോട്ടുള്ള റോഡ് പൊട്ടിപ്പൊളിഞ്ഞതിനെപ്പറ്റി വന്ന രണ്ടാളും പരാതിപ്പെട്ടു. ഓട്ടോക്കാർക്കൊന്നും ഈ വഴി വരാൻ വയ്യ.

കടൽത്തീരത്തിനടുത്തായിരുന്നു ഡോ. ആന്റണിയുടെ കാരുണ്യ ഹോസ്പിറ്റൽ. ഗവ. ഹോസ്പിറ്റലിൽനിന്നും റിട്ടയർചെയ്ത ഷെറിൻ എന്ന നേഴ്സായിരുന്നു ഡോ. ആന്റണിയുടെ സഹായി. മകളുടെ കല്യാണത്തിരക്കിൽപ്പെട്ട് ഷെറിൻ ഒരാഴ്ചയായി ലീവിലാണ്. ഷെറിൻ പോയിക്കഴിഞ്ഞ് രാത്രിയിൽ നാരായണൻ എന്നൊരാൾ ഉണ്ടാകും. പത്തുവർഷത്തെ എടുത്തുപെരുമാറൽകൊണ്ട് ആശുപത്രിയിലെ സാധനസാമഗ്രികളുമായൊക്കെ നാരായണൻ ഗാഢസൗഹൃദത്തിലായിക്കഴിഞ്ഞു. പകൽ നാരായണൻ ഓട്ടോ ഡ്രൈവറാണ്. വൈകിട്ട് ആറുമണിയോടെ ഓട്ടോ ഒതുക്കി നാരായണൻ വരും.

അപ്പോഴേക്കും 'കാരുണ്യ' എന്ന പെയിന്റ് ഇളകിത്തുടങ്ങിയ ബോർഡിനെ വെളിപ്പെടുത്തിക്കൊണ്ട് അറുപത് വോൾട്ടിന്റെ ബൾബ് തെളിഞ്ഞിട്ടുണ്ടാവും. ഇനി വേണം കാരുണ്യയിൽ ചില്ലറ നിഴലനക്കങ്ങളൊക്കെ ഉണ്ടാകാൻ. പതിഞ്ഞ കാലടികളോടെ ഇരുട്ടിൽനിന്നും ചില രൂപങ്ങൾ

കള്ളന്മാരെപ്പോലെ കയറിവരും. ഡോ. ആന്റണി മൂന്ന് പെഗ്ഗിന്റെ സംതൃപ്തിയിൽ കൺസൾട്ടിങ് റൂമിൽ സ്ഥാനംപിടിക്കും. കൊല്ലാൻ കൊണ്ടുവന്ന മാടിനെപ്പോലെ ഒരു പെൺവേഷം പിന്നിൽ, മുൻപിൽ സ്വസ്ഥത കെട്ടൊരു പുരുഷൻ, അടിയേറ്റ് നീരുവന്ന മുഖവുമായി നാണംകെട്ട പെണ്ണ് പിന്നിൽ, ക്ഷോഭത്തിന്റെ പല്ലിറുക്കവുമായി വീട്ടുകാർ മുന്നിൽ- ഇതൊക്കെയാണ് രാത്രിയിലെ പതിവു മുഖങ്ങൾ.

"എങ്ങനെയെങ്കിലും രക്ഷിക്കണം ഡോക്ടർ. ഈ ജന്തു ഇപ്പോഴാ പൊറത്ത് പറഞ്ഞത്. രണ്ട് മാസം കഴീമ്പം കല്യാണാണ്. ആളുകളറിഞ്ഞാ ആത്മഹത്യയല്ലാതെ ഞങ്ങക്ക് മാർഗ്ഗോല്ല. ദൈവത്തെയോർത്ത്....."

ഡോ. ആന്റണി മെഡിക്കൽ എത്തിക്സിനെപ്പറ്റിയും സദാചാരത്തെപ്പറ്റിയും ദീർഘമായൊരു പ്രഭാഷണം തന്നെ നടത്തും. തന്നെ നിർബ്ബന്ധിക്കരുതെന്ന് വിനയപൂർവ്വം അഭ്യർത്ഥിക്കും. വന്നവർ മടങ്ങിപ്പോകാൻ ഒരുക്കമല്ലെന്ന് കാണുന്നതോടെ ഡോ. ആന്റണിക്ക് രൗദ്രരൂപം കൈവരും.

"നിങ്ങളോട് ആരാ ഇങ്ങോട്ട് കെട്ടിയെടുക്കാൻ പറഞ്ഞത്? എറങ്ങിക്കോ ഇവിടുന്ന്. ലക്ഷം രൂപാ തരാന്ന് പറഞ്ഞാലും ആന്റണിയെ ഇപ്പണിക്ക് കിട്ടൂലാ." ഡോ. ആന്റണി പത്തിവിടർത്തിയ പാമ്പിനെപ്പോലെ ചീറ്റിനില്ക്കും.

നാരായണൻ തന്റെ അഭിനയമുഹൂർത്തങ്ങൾക്ക് സമയമായെന്ന് ഉറപ്പുവരുത്തും. വിലപേശലിൽ അയാളൊരു വിദഗ്ദ്ധനായ യോദ്ധാവാണ്. ഉപാധികളില്ലാത്തവിധം എതിരാളിയെ നിലംപരിശാക്കി, തുക ഉറപ്പിച്ചു കഴിഞ്ഞാൽ നാരായണൻ ദൂതന്റെ വേഷപ്പകർച്ചയിലേക്ക് കടക്കും. നാരായണൻ മകുടി ഊതി ഡോ. ആന്റണിയെ അനുനയിപ്പിക്കും. പത്തി അടക്കി ഡോ. ആന്റണി കാരുണ്യവാനും ആഗതരുടെ ഉറ്റബന്ധുവുമായി പകർന്നാട്ടം ഗംഭീരമാക്കും. "നിങ്ങളുടെ കാര്യായോണ്ട് മാത്രമാണ് ഞാനിതില് എടപെട്ടത്" - ഇടയ്ക്കിടെ ഡോ. ആന്റണി ഓർമ്മിപ്പിച്ചുകൊള്ളും. "സംഭവിച്ചത് സംഭവിച്ചു. ഇനിയിവളെ അതിന്റെ പേരില് വഴക്ക് പറയാനും തല്ലാനുമൊന്നും നിക്കണ്ട" - ഡോക്ടർ, ബന്ധുക്കളെ സമാശ്വസിപ്പിച്ചുവിടും.

വല്ലപ്പോഴുമുള്ള ദൈവത്തിന്റെ ഇത്തരം ഉപകാരസ്മരണകളൊഴിച്ചാൽ കാരുണ്യ സ്ഥായീഭാവമായ നിർജ്ജീവത നിലനിർത്തിപ്പോന്നു. താനൊരു ഭാഗ്യംകെട്ടവനായത് കാരണമാണ് ഹോസ്പിറ്റലിന് മേൽഗതി ഉണ്ടാകാത്തതെന്ന് അയാൾ പരിതപിച്ചു. ഹോസ്പിറ്റൽ പ്രവർത്തിക്കുന്ന പഴയ ഓടിട്ട കെട്ടിടവും ഇരുപത് സെന്റുമാണ് ആകെയുള്ള സമ്പാദ്യം. അതിനകത്ത് ഒരു കൂറ്റൻ ബഹുനില മന്ദിരവും നിരവധി ഡോക്ടർമാരുള്ള കാരുണ്യ ഹോസ്പിറ്റലും അയാൾ സ്വപ്നം കണ്ടിരുന്നു. ഡോ. ആശാ തോമസിന്റെ 'ലോർഡ്സ്' ഹോസ്പിറ്റലിനെ വെല്ലുന്ന ഒന്നായിരിക്കും അത്. അവളുടെയും അവളുടെ അപ്പൻ ഡോ. തോമസ് ചാണ്ടിയുടെയും അഹങ്കാരത്തിന് അതോടെ അറുതിവരും. പതിനേഴ് വർഷം

മുൻപാണ് 'കാരുണ്യ' അതിന്റെ പ്രതികാരമനസ്സ് തുറന്നുവച്ചത്. അത്തരം ഇരുത്തംവരാത്ത ചിന്തകളിലേക്കൊന്നും കടന്നുചെല്ലാൻ ഡോ. ആന്റണിയുടെ മദ്ധ്യവയസ്സ് പിന്നിട്ട ബുദ്ധികേന്ദ്രം ഇപ്പോൾ അനുവദിക്കാറേയില്ല. തന്റെ ബജാജ് സ്കൂട്ടറിൽ സഞ്ചരിക്കുമ്പോൾ, 'ലോർഡ്സ്' ഹോസ്പിറ്റലിന് മുന്നിലൂടെയുള്ള വഴി തെരഞ്ഞെടുക്കാതെ, ഡോ ആന്റണി, പഴയ ഭാര്യ ഡോ. ആശാ തോമസിനോടുള്ള പക നിരന്തരം വീട്ടിക്കൊണ്ടിരുന്നു.

സുഖാലസ്യത്തിനുമേൽ മഴത്തുള്ളികൾ നടത്തിയ ഒളിപ്പോരാട്ടത്തെ തുടർന്ന് ഡോ. ആന്റണി ഉണർച്ചയിലേക്ക് വന്നു. റോഡ് മുറിച്ച് ഹോസ്പിറ്റൽ ഗേറ്റിനടുത്തേക്ക് രണ്ടുപേർ വരുന്നുണ്ടല്ലോ. കണ്ണ് തിരുമ്മി, കോട്ടുവാ പറത്തി മഴമറയ്ക്കുന്ന അവ്യക്തമായ കാഴ്ചയിലേക്ക് നിവർന്നിരുന്നു. കണ്ണുകൾ കള്ളം പറഞ്ഞതാണ്, അവർ മറ്റേതോ വഴിക്കാണ്. മലർന്ന്, ഒളിയുദ്ധം പ്രഖ്യാപിച്ച വെള്ളത്തിന്റെ ഉറവിടം തിരഞ്ഞു. ഓടിനിടയിലൂടെ വെള്ളം കിനിഞ്ഞ് ഒരു തുള്ളിയായി രൂപപ്പെടുന്നതും അത് വിങ്ങിവീർത്ത് താഴേക്ക് പതിക്കാൻ ഒരുങ്ങുന്നതും കണ്ടു. കസേര മറ്റൊരിടത്തേക്ക് മാറ്റാൻ മടിച്ച്, വയറിന് കുറുകേ പഴയൊരു എക്സ്റേ ഫിലിം പ്രതിഷ്ഠിച്ച് അതിനെ പ്രതിരോധിച്ചു.

കഴുത്ത് നേരെ പിടിക്കുമ്പോൾ, വാതിലിനടുത്ത് രണ്ടുപേർ നില്ക്കുന്നതായി കണ്ടു. വെള്ള ഉടുപ്പും പച്ചപ്പാവാടയും ധരിച്ച പെൺകുട്ടിയാണ് ഒന്ന്. അവൾ ധരിച്ചിരുന്നത് ഏതോ ഗ്രാമീണ സ്കൂളിലെ യൂണിഫോമാണ്. ആൺകുട്ടിക്ക് അവളേക്കാൾ കുറച്ചുകൂടി മുതിർച്ച വരും. അവന്റെ മുഖത്ത് എണ്ണയുടെ മിനുമിനുപ്പ് ഉണ്ടായിരുന്നു.

ഡോ. ആന്റണി ഇരുവരേയും കൺസൾട്ടിങ് റൂമിലേക്ക് ക്ഷണിച്ചു. മഴ നനഞ്ഞിട്ടാവും രണ്ടാളും വിറയ്ക്കുന്നുണ്ട്. പെൺകുട്ടി രോഗിയുടെ സ്റ്റൂളിൽ ഇരുന്നു. 'പറയൂ' കോട്ടുവാ അടക്കി ഡോ. ആന്റണി രോഗിയുടെ നേരെ തിരിഞ്ഞു. പെൺകുട്ടിയോ കൂടെവന്ന പയ്യനോ ഒന്നും പറയാൻ കൂട്ടാക്കിയില്ല. അവൾ, അവന്റെ മുഖത്തേക്ക് പ്രതീക്ഷയോടെ നോക്കിയെങ്കിലും ഉള്ളിലെ കൊടുങ്കാറ്റിൽപ്പെട്ടുപോയ വാക്കുകളെ അവന് പുറത്തെടുക്കാനായില്ല. ശ്വാസംമുട്ടി അവന്റെ കണ്ണുകൾ പുറത്തേക്ക് ഉന്തി. "ഒന്നുമില്ലെങ്കിൽ പിന്നെന്താ? ആളെ കളിയാക്കാ?"

ഡോക്ടറുടെ ശബ്ദമുയർന്നതു കേട്ട് പെൺകുട്ടി പിടഞ്ഞെണീറ്റു.

"നീ പുറത്തിരിക്ക്"-

പെൺകുട്ടിയോട് ഡോക്ടർ ആജ്ഞാപിച്ചു. അതോടെ നടുക്കടലിൽ ഒറ്റപ്പെട്ടതുപോലെയായി അവൻ. സംഗതി കുഴഞ്ഞ കേസു തന്നെയെന്ന് ഡോക്ടർക്ക് ബോദ്ധ്യപ്പെട്ടു.

"കരഞ്ഞിട്ടിനി എന്താകാനാ? പോയി അവളെ വരാൻ പറ" ഡോക്ടർ അവനോട് പറഞ്ഞു.

ആരോ പിന്നിൽനിന്നും ഉന്തിക്കൊണ്ട് വരുമ്പോലെ പെൺകുട്ടി വന്നു. ഉടുപ്പിന്റെ താഴത്തെ അറ്റം അവൾ വിരലുകൾകൊണ്ട് തിരുമ്മി

ക്കൊണ്ടിരുന്നു.

"എന്താ നിന്റെ പേര്"? ഡോക്ടർ ശബ്ദത്തിൽ ലാഘവം വരുത്താൻ ശ്രമിച്ചു.

"നീന"

"എത്ര വയസ്സായി?"

"പതിമ്മൂന്ന്"

ഡോക്ടർ അവളെ ആകെക്കൂടി വീണ്ടുമൊന്ന് വിലയിരുത്തി. വിടർന്ന കണ്ണുകൾ, തുടുത്ത ശരീരം, പിന്നിയിട്ട മുടി, കാച്ചെണ്ണയുടെ മണം...

പുറത്ത് കടലിരമ്പുന്നതും മഴയെ കാറ്റ് പറത്തിവിടുന്നതും കേൾക്കാം.

"അവനെയെങ്ങനാ പരിചയം?"

"വീട്ടിനടുത്താണ്. പത്താംക്ലാസില്, എന്റെ സ്കൂളിലാണ്."

"എന്താ അവന്റെ പേര്?"

"അനിൽ"

"നിങ്ങള് തമ്മില് ഇഷ്ടത്തിലാ?"

"ഉം" - അവൾ മടിയോടെ പറഞ്ഞു.

"വീട്ടുകാരോട് പറയാത്തതെന്താ, ഇങ്ങനെ ഉണ്ടായിട്ട്?"

"എന്നെ കൊല്ലും" - അവൾ കരയാൻ ഭാവിച്ചു.

"കരയാതെ. പ്രഗ്നന്റാന്ന് എങ്ങനാ അറിഞ്ഞത്?"

പെൺകുട്ടി മിഴിച്ച് നോക്കി.

"ഗർഭിണിയാന്ന് എങ്ങനാ അറിഞ്ഞത്?"

ഡോക്ടർ ചോദ്യത്തിൽ ഭേദഗതി വരുത്തി.

"വയറ്റില് വല്ലാത്ത ഇളക്കം. വീർത്തുവരുന്നു. ശർദ്ദിച്ചു....."

"എത്ര നാളായി?"

"രണ്ട് മൂന്ന് മാസായി."

"ഇങ്ങോട്ട് കിടക്ക്."

അവളാ മുഷിഞ്ഞ് പിന്നിയ ബെഡിൽ മലർന്നു കിടന്നു. ഡോ. ആന്റണി ഫീറ്റോസ്കോപ്പ് ഉപയോഗിച്ച് ഭ്രൂണത്തിന്റെ മിടിപ്പിന് കാതോർത്തു:

"ഒരു കാര്യം ചെയ്യ്. ഇതില് രണ്ട് തുള്ളി മൂത്രം ഇറ്റിച്ച് വാ."

പ്രഗ്നൻസി കാർഡിലെ വരയിൽ തൊട്ടു കാണിച്ച് അവളെ ബാത്ത്റൂമിലേക്ക് അയച്ചു.

സമയം ഒച്ചുപോലെയാണ് ഇഴഞ്ഞുനീങ്ങുന്നതെന്ന് ഡോ. ആന്റണിക്ക് തോന്നി. പുറത്താകെ നനഞ്ഞിട്ടും മുറിക്കുള്ളിൽ ഉഷ്ണം തിക്കി വരുമ്പോലെ. അയാൾ ഫാനിന്റെ വേഗത കൂട്ടി.

പെൺകുട്ടി തിരിച്ചുവന്നു.

ഡോ. ആന്റണി പ്രഗ്നൻസി കാർഡ് സസൂക്ഷ്മം വീക്ഷിച്ചു.

പെൺകുട്ടി കുറ്റവാളിയെപ്പോലെ തലകുനിച്ചിരുന്നു. മുഖമുയർത്താതെ അവൾ ഡോക്ടറെ ശ്രദ്ധിക്കാൻ ശ്രമിച്ചു. ഡോക്ടർ കണ്ണ

ടച്ച്, ഇരിപ്പിടത്തിൽ ചാഞ്ഞിരുന്ന്, നെറ്റിയിൽ പേനകൊണ്ട് മുട്ടിച്ചുകൊണ്ടിരുന്നു.

"ചെറിയൊരു ഓപ്പറേഷൻ വേണ്ടിവരും. പത്തോ പതിനഞ്ചോ മിനിറ്റ് മതി" - ഡോക്ടർ കണ്ണ് തുറക്കാതെ മെല്ലെ അറിയിച്ചു. പെൺകുട്ടി വാതുറന്ന് നിലവിളിക്കാൻ ശ്രമിച്ചു. ഡോ. ആന്റണി അവളുടെ തലമുടിയിൽ തലോടി. കൈവെള്ളയിൽ മുറുകെ പിടിച്ചു. "മോള് പേടിക്കണ്ട. ദാന്ന് കഴിയും. ഒരു മുള്ളെടുക്കുന്ന വേദനയേ ഉണ്ടാവൂ." പെൺകുട്ടി കരച്ചിൽ നിയന്ത്രിച്ച് ഡോക്ടറെ വിശ്വാസപൂർവ്വം നോക്കി.

ഡോ. ആന്റണിയുടെ അലസജീവിതത്തിന്റെ സാക്ഷ്യമെന്നോണം അയാളുടെ മുറിയാകെ അലങ്കോലപ്പെട്ടു കിടന്നു. കട്ടിലിൽ ഒരാൾക്ക് കിടക്കാനുള്ള സ്ഥലമൊഴികെ വാരികകളും പത്രങ്ങളും പുസ്തകങ്ങളും നിറഞ്ഞിരുന്നു. നിലത്ത് ചാണകം മെഴുകിയ മൺചുമരുള്ള തന്റെ മുറി വൃത്തിയായായാണ് അവൾ സൂക്ഷിച്ചിരുന്നത്. ഡോക്ടർ വലിയ തിരക്കുള്ള മനുഷ്യനല്ലേ, അതിനാലാവാം ഇതൊന്നും അടുക്കിവയ്ക്കാൻ കഴിയാത്തത്. കട്ടിലിലെ വസ്തുക്കൾ മാറ്റാൻ അവൾ കൂടി ഡോക്ടറെ സഹായിച്ചു. ഡോ. ആന്റണി അവളുടെ കവിളുകളിൽ സ്നേഹപൂർവ്വം തലോടി. പെൺകുട്ടിക്ക് തന്റെ അച്ഛന്റെ രൂപത്തോട് വിദൂരസാദൃശ്യം തോന്നുകയും അവളത് പറഞ്ഞപ്പോൾ ഡോക്ടർ കഷ്ടപ്പെട്ട് ചിരിച്ചെന്ന് ഉറപ്പുവരുത്തുകയും ചെയ്തു. അയാൾ അവളെ കട്ടിലിൽ പിടിച്ചിരുത്തി.

"നിന്നെ അവനെന്താ ചെയ്തത്?"

ഡോക്ടറുടെ ശബ്ദം സൗമ്യമായിരുന്നു.

അവൾ മടിച്ചിരുന്നു.

"പറയ്, സമയം പോകുന്നു."

"ഉമ്മ വച്ചു, എല്ലാടത്തും....."

എത്ര മുറുകെ പിടിച്ചിട്ടും വഴുതിപ്പോയ പൊട്ടിച്ചിരിയുടെ ഭ്രൂണത്തെ ഡോ. ആന്റണി ചുണ്ടിന്റെ ഇടത്തേ അറ്റത്ത് വക്രിപ്പിച്ചുണ്ടാക്കിയ കുഴിയിൽ അടക്കിക്കളഞ്ഞു.

ആരും ഈ സമയത്ത് വരരുതേ എന്ന പ്രാർത്ഥനയിലായിരുന്നു പുറത്തു നില്ക്കുന്ന അനിൽ. കുറച്ചകലെ അടിച്ചുയരുന്ന തിരമാലകളിൽ ശ്രദ്ധയൂന്നാനുള്ള അവന്റെ ശ്രമം വിഫലമായിക്കൊണ്ടിരുന്നു. എങ്ങനെയെങ്കിലും ഇവിടെനിന്നൊന്ന് രക്ഷപ്പെട്ടാൽ മതിയെന്നായിരുന്നു അവന്. കുറച്ചുനാളായി ഉറക്കമില്ലാത്ത അവന്റെ കണ്ണുകൾ കുണ്ടിലേക്ക് ഇറങ്ങിപ്പോയിരുന്നു.

പെൺകുട്ടി ആയാസപ്പെട്ട് പുറത്തേക്കു വന്നു. അവളെ കണ്ട് അവൻ നെടുതായൊന്ന് നിശ്വസിച്ചു. അവൾ അവനെ നോക്കി ചിരിക്കാൻ ശ്രമിച്ചു. പല്ലുകൾ കൂട്ടിയിടിക്കുന്നതിനെ നിയന്ത്രിക്കാൻ അപ്പഴും അവന് കഴിഞ്ഞിരുന്നില്ല.

"ആരോടും ഇവിടെ നടന്നതൊന്നും പറഞ്ഞേക്കരുത്. എന്നെ പൊലീസ് പിടിക്കും" ഡോക്ടർ പറഞ്ഞു.

ഇല്ലെന്ന് അനിലും നീനയും തലയാട്ടി. പൊലീസിനെ അവർക്ക് പേടിയായിരുന്നു.

അനിൽ പോക്കറ്റിൽനിന്നും കുറച്ച് നോട്ടുകളെടുത്ത് ഡോക്ടറുടെ മേശപ്പുറത്ത് വച്ചു.

"എത്രയുണ്ട്?"

ഡോക്ടറുടെ ശബ്ദത്തിലെ മൃദുത്വം പൊയ്പ്പോയെന്ന് നീനയ്ക്ക് തോന്നി.

"അഞ്ഞൂറ്"-അവൻ മടിയോടെ പറഞ്ഞു.

"എന്റെ ഫീസ് ഇതിലും കൂടുതലാണ്."

അവൻ തലയുയർത്തിയില്ല.

"സാരമില്ല, പൊയ്ക്കോ."

"എന്ത് നല്ല ഡോക്ടർ അല്ലേ? ഞാൻ വിചാരിച്ചത് ബാക്കി നാളെ ക്കൊണ്ടേല്പിക്കണോന്ന് പറയൂന്നാണ്. എങ്കിൽ നമ്മളെന്ത് ചെയ്യുമായിരുന്നു.....?"

ആശുപത്രിയുടെ ഗേറ്റ് പിന്നിട്ടപ്പോൾ അനിൽ അവളോട് ആശ്വാസം പങ്കുവച്ചു. ആർത്തിരമ്പി വന്ന ഒരു തിര അവളെയത് കേൾപ്പിച്ചില്ല. എല്ലുകൾ നുറുങ്ങുന്ന വേദന അവളുടെ ശരീരമാകെ പടരുന്നുണ്ടായിരുന്നു. ചുണ്ടിൽനിന്നും കിനിഞ്ഞുവന്ന ചോര അവൾ പുറത്തേക്ക് തുപ്പി.

ഡോ. ആന്റണി അഞ്ചും പത്തുമായ നോട്ടുകൾ എണ്ണിത്തിട്ടപ്പെടുത്തി. രണ്ടാമത് എണ്ണിയപ്പോഴും അഞ്ച് രൂപ കുറവ് തന്നെ. പറഞ്ഞു പറ്റിച്ച ആ കഴുവേറി ചെറുക്കനെ അയാൾ മനസ്സിൽ പ്രാകാൻ തുടങ്ങി.

എറണാകുളം സൗത്ത്

ആശ്രയഭവന്റെ മുറ്റത്തെ മരങ്ങളുടെ നിഴലിൽ ചവിട്ടി ആംബുലൻസ് നില്ക്കുമ്പോൾ വൈകിട്ട് നാലുമണി കഴിഞ്ഞിരിക്കണം. മൂന്നുമണിക്കൂർ നീണ്ട യാത്ര അവസാനിച്ചതിൽ സൂസന്നയ്ക്ക് ആശ്വാസം തോന്നി. ആംബുലൻസിനകത്തു കിടന്ന് ആശ്രയഭവനെ ആകെയൊന്ന് ആവാഹിച്ചെടുക്കാൻ അവൾ വിഫലശ്രമം നടത്തി. പച്ചപ്പിന്റെ ചില്ലകൾ വീശിയ, ചുവന്ന പൂക്കൾ അതിൽ അവിടവിടെ കൊരുത്തുവച്ച വാക മരവും പഴയതരത്തിലുള്ള ഓടിട്ട കെട്ടിടത്തിന്റെ മേലാപ്പും മാത്രമേ അവിടെ കിടന്നുള്ള നേർക്കാഴ്ചയിൽപ്പെട്ടുള്ളൂ. ആംബുലൻസിന്റെ പുറകിലെ വാതിൽ തുറന്ന വിസ്തൃതിയെ ഇടത്തേ കണ്ണിന്റെ കൃഷ്ണമണിയെ അറ്റത്തോളംകൊണ്ട് മുട്ടിച്ച് ആർത്തിയോടെ എത്തിപ്പിടിച്ചു. പഴക്കംചെന്ന കെട്ടിടത്തിന്റെ ഒരു ഭാഗം അങ്ങോട്ടും നീണ്ടുകിടപ്പുണ്ടല്ലോ! അത്തരമൊരു നിശ്ചലദൃശ്യത്തിലേക്ക് വരാന്തയിലൂടെ രണ്ട് സിസ്റ്റർമാരുടെ ചലനം പടിയിറങ്ങിവന്നു; വെള്ളച്ചിറകുകൾ വീശിവരുന്ന കൊറ്റികളെപ്പോലെ. കണ്ണാടിവച്ച ചിരിനിറച്ച മുഖം സിസ്റ്റർ തെരേസയെന്ന് സ്വയം പരിചയപ്പെടുത്തുകയും മഞ്ഞനിറത്തിലുള്ള റോസാപ്പൂവ് അവൾക്കു നേരെ നീട്ടുകയും ചെയ്തു. പെട്ടെന്നെന്തോ ഓർത്തിട്ടെന്നപോലെ റോസാപുഷ്പത്തെ സൂസന്നയുടെ മടിയിലേക്ക് സിസ്റ്റർ വച്ചുകൊടുത്തു.

പത്തു വർഷമായി സൂസന്നയ്ക്കൊപ്പം കൂടിയ വീൽച്ചെയർ ആദ്യം പുറത്തേക്ക്. വെളുത്ത പെയിന്റിനിടയിൽനിന്നും തുരുമ്പിന്റെ കറുത്ത പല്ലുകൾ അവിടവിടെ നിരത്തിവച്ച് സൗഹാർദ്ദപൂർവ്വമായ ചിരി അത് സമ്മാനിച്ചു. വീട്ടിൽനിന്നും ഒപ്പം സഞ്ചരിച്ച സിസ്റ്റർ മിനിയും ആംബുലൻസിന്റെ ഡ്രൈവറും ചേർന്ന് സൂസന്നയെ വീൽച്ചെയറിൽ പ്രതി

ഷ്ഠിച്ചു. വീൽച്ചെയർ തെന്നിമാറാതെ നോക്കുക എന്നതായിരുന്നു തെരേസയ്ക്ക് അനുഷ്ഠിക്കാനുണ്ടായിരുന്ന കർമ്മം. വളരെ ശ്രദ്ധാപൂർവ്വമെന്നു തോന്നിച്ച പ്രവൃത്തിക്കിടയിൽ സൂസന്നയുടെ ശരീരം വേദനയുടെ ഒരു കൊടുമുടിയിലേക്ക് സഞ്ചരിച്ചു. അസുഖങ്ങളുടെ പൂമരമാണ് സൂസന്നയുടെ ശരീരം. പടുകൂറ്റൻ മല ഓടിക്കയറിയപോലെ നെഞ്ചിടിപ്പ് വർദ്ധിച്ചു. വരാന്തയിലേക്ക് പ്രവേശിക്കുമ്പോൾ കിതപ്പിനിടയിലും സൂസന്ന പറഞ്ഞു: “സിസ്റ്റർ ദയവായി എന്നെയൊന്ന് പിന്നോക്കം തിരിക്കാമോ? ആശ്രയഭവന്റെ മുൻവശമെങ്ങനെയുണ്ടെന്ന് നോക്കാനാണ്.” കാഴ്ചകളെ പ്രതിരോധിക്കുന്ന വലിയ മതിൽക്കെട്ടാണവിടെ. പായലിന്റെ പച്ചപ്പ് അതിന്മേൽ അള്ളിപ്പിടിച്ചിരിപ്പുണ്ട്. വള്ളികൾ മതിലിൽക്കൂടി തലയിട്ടു നോക്കുന്നു. സൂസന്നയ്ക്ക് നിരാശതോന്നി. എങ്കിലും ചെങ്കല്ലുകൊണ്ടുള്ള മതിൽക്കെട്ടോളം പരന്നുകിടക്കുന്ന ആശ്രയഭവന്റെ വെടിപ്പാക്കിയ നീളൻ മുറ്റവും അതിലെ ഒറ്റപ്പെട്ട വലിയ മരങ്ങളും കണ്ണിൽ നിറച്ചെടുത്തു.

സിസ്റ്റർ ലിസിയാണ് ആശ്രയഭവന്റെ ചുമതലക്കാരി. വിശാലമായ ഓഫീസ് മുറിയിൽ ഇരുട്ട് തങ്ങിനില്ക്കുന്നുണ്ടായിരുന്നു. അവസാനത്തെ അത്താഴത്തിന്റെയും യേശുവിന്റെയും ചിത്രങ്ങൾ മാത്രമാണ് ആ ചുമരുകളിലുള്ളത്. ചിത്രങ്ങളൊക്കെ തൂക്കി എത്ര ഭംഗിയാക്കാൻ കഴിയും, ഓഫീസിനെ! താൻ പലപ്പോഴും സംസാരിച്ചിട്ടുള്ളത് അവരോടാണെന്ന് സൂസന്ന ഓർമ്മിച്ചു. സിസ്റ്റർ ലൂസി ചിരിക്കാൻ ക്ലേശിച്ചു. മുഴക്കമുള്ള ശബ്ദം ചുമരുകളിൽ തട്ടി മുഴക്കംവയ്ക്കുന്നത് സൂസന്ന ശ്രദ്ധിച്ചു: ഫാദർ ആന്റണി പടിയാരത്താണ് ആശ്രയഭവന്റെ സ്ഥാപകൻ. ഒരു ആക്സിഡന്റിൽ അംഗവൈകല്യം സംഭവിച്ച ആളായിരുന്നു അദ്ദേഹം. ഇപ്പോൾ ഇരുപത്തഞ്ച് അന്തേവാസികളാണ് ഇവിടെയുള്ളത്. പരസഹായം വേണ്ടവരാണ് എല്ലാവരും. ഫാ. ആന്റണിയോടുള്ള ആദരവുകൊണ്ടും ആശ്രയഭവന്റെ പ്രവർത്തനങ്ങൾ നേരിട്ടുകണ്ട് മനസ്സിലാക്കിയും ഒരു വിദേശമലയാളി സംഭാവന ചെയ്തതാണ് ഒരേക്കറോളം വരുന്ന ഈ സ്ഥലം. ഇങ്ങനെയുള്ള പലരുടെയും സഹായമാണ് ആശ്രയഭവനെ നിലനിർത്തുന്നത്. ഫാ. ആന്റണി കാലംചെയ്തിട്ട് രണ്ടു വർഷം കഴിഞ്ഞു. അദ്ദേഹത്തിന്റെ സങ്കല്പങ്ങളോട് നീതിപുലർത്താൻ ഞങ്ങൾ കഴിവതും ശ്രമിക്കുന്നുണ്ട്. സമൂഹത്തിൽ ഏറ്റവും അവശത അനുഭവിക്കുന്നവർക്കു മാത്രമേ ആശ്രയഭവനിൽ പ്രവേശനം നല്കാവൂ എന്നാണ് ഞങ്ങളുടെ ബൈലാ പറയുന്നത്. ഫാദർ കുന്നിലോട്ടിന്റെ നിരന്തരമായ അഭ്യർത്ഥനയെ മാനിച്ചാണ് സൂസന്നയ്ക്കിവിടെ സൗകര്യമൊരുക്കിയത്. – സ്ഥാപനത്തെക്കുറിച്ച് നടത്തിയ ഹ്രസ്വമായൊരു വിവരണത്തോടൊപ്പം തന്നോട് കാണിച്ചിരിക്കുന്ന സൗജന്യത്തെക്കൂടി ഓർമ്മിപ്പിക്കാൻ സിസ്റ്റർ ലിസി ബാദ്ധ്യസ്ഥയാണെന്ന് തോന്നിച്ചു.

വെള്ളച്ചായമടിച്ച, തീരെ അഴുക്കു പതിയാത്ത മുറിയായിരുന്നു സൂസന്നയ്ക്ക് അനുവദിച്ചു കിട്ടിയത്.

“കുറേദൂരം യാത്രചെയ്തതല്ലേ? ക്ഷീണം തോന്നുന്നുണ്ടോ?”

വീൽച്ചെയർ കട്ടിലിനടുത്തേക്ക് അടുപ്പിച്ച് സിസ്റ്റർ മിനി ആരാഞ്ഞു.

"കിടക്കണ്ട സിസ്റ്റർ. ആ ജനാലയൊന്ന് തുറന്നിടാമോ?"

ജനാലയിൽ തള്ളിപ്പിടിച്ചുനിന്ന കാറ്റ് അകത്തേക്ക് തള്ളിക്കയറി സൂസന്നയുടെ മുടിയിഴകളെ വിറപ്പിച്ചശേഷം ഉണ്ണിയേശുവിന്റെ ചിത്രമുള്ള ചുമരിലെ കലണ്ടറിനോട് തല്ലുപിടിച്ചു.

"ഈ മുറിയിൽ നല്ല കാറ്റാണ്" സിസ്റ്റർ മിനി നിലത്തുവീണ കലണ്ടറിനെ യഥാസ്ഥാനത്ത് തൂക്കുന്നതിനിടയിൽ പറഞ്ഞു. "നല്ല കാഴ്ചയുമുണ്ട്. സൂസന്ന ചിത്രം വരയ്ക്കുമല്ലേ?"

ഇവിടിരുന്നാൽ മുറ്റവും ദൂരെയുള്ള മതിലും വാകമരവുമെല്ലാം കാണാനാവുന്നുണ്ടല്ലോ എന്ന് സൂസന്ന സന്തോഷം പങ്കുവച്ചു. വൈകിട്ടത്തെ വെയിലിന്റെ കനംകുറഞ്ഞ പാളി ജനാലയിലൂടെ വന്ന് സൂസന്നയുടെ കൈപിടിച്ചു.

"എന്റെ കമ്പ്യൂട്ടർ വണ്ടിയിലാണെന്ന് തോന്നുന്നു."

"അത് ഉടൻ എത്തിച്ചുതരാം സൂസന്ന."

സിസ്റ്റർ മിനിയുടെ വെള്ളവസ്ത്രത്തിന്റെ കരകരപ്പ് വാതിലിലൂടെ അലിഞ്ഞില്ലാതായി.

കൃത്യം രണ്ടാഴ്ചകഴിഞ്ഞ ദിവസമാണ് സൂസന്നയെത്തേടി ആദ്യത്തെ അതിഥി എത്തിയത്. ജനലിലൂടെ കാണാവുന്ന മതിലിനെയും അതിലെ തൊങ്ങലുകളെയും വരയ്ക്കാനുള്ള ശ്രമത്തിലായിരുന്നു സൂസന്ന. സൂസന്നയുടെ വിരലുകൾക്ക് പാകത്തിൽ ക്ഷമയോടെ ക്യാൻവാസിനെ ഉറപ്പിച്ചുകൊടുത്തത് മിനിയായിരുന്നു. "ഈ ചിത്രം നമ്മുടെ ഓഫീസ് മുറിയിൽ തൂക്കാൻ തരണം" വരച്ചു തുടങ്ങിയപ്പോൾത്തന്നെ സിസ്റ്റർ ലിസി അതിന്മേൽ അവകാശപ്രഖ്യാപനം നടത്തിയിരുന്നു.

മിനി വീൽച്ചെയർ തിരിച്ച് അതിഥിക്ക് അഭിമുഖമാക്കി വച്ചു. അയാൾക്കിരിക്കാൻ ഒരു കസേരകൂടി അവൾ ദയാപൂർവ്വം സമ്മാനിച്ചു. സൂസന്ന നിറങ്ങൾ കൈയിൽ അടയാളപ്പെടുത്തിയ ചെങ്കല്ലിന്റെയും പച്ചയുടെയും ഭൂഖണ്ഡങ്ങളിൽ ശ്രദ്ധയർപ്പിച്ചിരുന്നു. അതിഥി കസേരയിലിരുന്ന് വരിഞ്ഞുമുറുകി. അയാളുടെ അക്ഷമയോടെയുള്ള ചലനങ്ങളെ മരക്കസേര ശബ്ദം നല്കി കൊഴുപ്പിച്ചു. അയാളിതാ വിയർപ്പിൽനിന്നും ഷർട്ടിനെ മോചിപ്പിച്ചെടുക്കാൻ സാഹസപ്പെടുന്നു. സൂസന്ന ഫാനിന്റെ സ്വിച്ചിലേക്ക് കണ്ണു പായിച്ചപ്പോൾ അയാളതിനെ ചലിപ്പിക്കാനായി എഴുന്നേറ്റു.

അലക്സിനായി പണ്ടത്തെപ്പോലെ സൂസന്ന ഗൃഹപാഠമൊന്നും നടത്തിയില്ല. പതിവുപോലെ ആമുഖമോ പശ്ചാത്തലവിവരണമോ ഇല്ലാതെ അലക്സ് ആരംഭിച്ചു:

"എന്തുഭാവിച്ചാടീ നീ. എറണാകുളത്തായപ്പൊ നിന്റെ കാര്യങ്ങൾ കുറച്ചുകൂടി എളുപ്പമായല്ലേ. എല്ലാം തകർത്തപ്പൊ സമാധാനമായല്ലേ? എന്നെ നശിപ്പിച്ചേ അടങ്ങൂന്നുള്ള വാശിയാണല്ലേ?"

“എന്തായീ പറയുന്നത് അലക്സ്.” സൂസന്ന ഇടയ്ക്കുവച്ച് അയാളെ വട്ടംപിടിച്ചു നിർത്തി. “ഞാനിങ്ങോട്ട് വരണമെന്ന് തീരെ ആഗ്രഹിച്ചതല്ല. കാരണക്കാരൻ അലക്സല്ലേ. മറന്നോ? വീട്ടിൽ വന്ന് എന്നെ തട്ടിക്കളയും, അതു ചെയ്യും ഇതുചെയ്യൂന്നൊക്കെ വിളിച്ച് കൂവീലേ? വെള്ളത്തിന്മേലാണെന്ന് എനിക്ക് മനസ്സിലായി. പക്ഷേ, അപ്പച്ചനും അമ്മച്ചീം പേടിച്ചുപോയി. മോളിനി ഇവിടെനിന്നാ ഞങ്ങട മനസ്സമാധാനം കൂടി പോവൂന്ന് പാവത്തുങ്ങള് കരഞ്ഞ് പറഞ്ഞു. ആർക്കും ശല്യമാകുന്നത് പണ്ടേ എനിക്കിഷ്ടമല്ല.”

“ശവമാണല്ലോന്നോർത്താ ഇത്രേം നാളും നിന്നെ...” അയാൾ കസേര പിന്നിലേക്ക് തള്ളി, പൊടുന്നനെ എഴുന്നേറ്റ് ചുമരുകളിൽ കൈ മുറുക്കി ഇടിച്ചു. എന്തുവലിയ ശബ്ദമാണ് അലക്സ് ഉണ്ടാക്കുന്നത്.

“ഇപ്പോ എന്താ അലക്സ് ഇത്ര ക്ഷോഭിക്കാൻ?”

സൂസന്നയ്ക്ക് അയാളോട് പാവം തോന്നി. എന്തുമാത്രം അസ്വസ്ഥനാണ് അലക്സ്!

“എന്താ നിന്റെ അഭിനയം... ഗംഭീരം... അവൾ ചോദിച്ചതെന്തെന്നോ: എനിക്ക് നാളെ ഇങ്ങനെ ഒരവസ്ഥവന്നാൽ എന്നെ ഉപേക്ഷിക്കില്ലെന്ന് എന്താണ് ഉറപ്പെന്ന്? നീയാണിതും മുടക്കിയത്. മനസ്സമ്മതംകൂടി കഴിഞ്ഞതായിരുന്നു! നശിപ്പിച്ചു; എല്ലാം നശിപ്പിച്ചു.” അലക്സ് പരാജിതനെപ്പോലെ തോന്നിച്ചു.

“നീയൊരു പ്രേമത്തിലാണെന്നും ധൈര്യമുണ്ടെങ്കിൽ മുടക്കെന്ന് വെല്ലുവിളിച്ചതും എനിക്കോർമ്മയുണ്ട്.”

“അതിന്റെ പ്രതികാരമായിരിക്കും?”

“ഞാനീ ഇട്ടാവട്ടത്തിൽ ചലിക്കാവുന്ന കസേരയിലിരുന്ന് എങ്ങനെയാണ് അറിയുന്നത് അലക്സ്, നീ ആരെയാ പ്രേമിക്കുന്നതെന്ന്?”

“നീയൊരു പിശാചല്ലേ. എല്ലാം അറിയാൻ പറ്റും. ആ ഒൻപതു മാസത്തെ ജീവിതം. അതാണെന്നെ ഇപ്പഴും വിടാതെ പിന്തുടരുന്നത്. എതിരേവന്ന വാഹനത്തിന് ചെറിയൊരു ദിശമാറ്റം വന്നതിനാൽ നീ... ഇല്ലെങ്കിൽ ഞാനായേനെ. എങ്കിൽ എന്തുചെയ്തേനെ. എന്നെയും കെട്ടിപ്പിടിച്ചിരുന്ന് ജീവിതം തുലയ്ക്കുമായിരുന്നോ?”

“എനിക്ക് ഇതിൽക്കൂടുതൽ എങ്ങനെ സഹായിക്കാനാകും അലക്സ്. ആക്സിഡന്റ് സംഭവിച്ച് ഒരു വർഷം കഴിയുമ്പോഴേ ഞാനത് ഉൾക്കൊണ്ടു - എന്റെ ശരീരത്തിൽ അത്ഭുതങ്ങളൊന്നും സംഭവിക്കാൻ പോകുന്നില്ലെന്ന്. ഡൈവോഴ്സിന് അലക്സ് ശ്രമിച്ചപ്പോൾ ഞാൻ എതിരഭിപ്രായം വല്ലതും പറഞ്ഞോ? പെൺകുട്ടിയുടെ വീട്ടുകാർ ആദ്യഭാര്യക്ക് എന്തു സംഭവിച്ചു എന്ന് അന്വേഷിക്കുക നാട്ടുനടപ്പല്ലേ? പ്രേമിച്ച പെണ്ണിനോടും നീയെന്നെപ്പറ്റി മറച്ചുവച്ചിട്ടുണ്ടാവും.”

എത്ര സംയമനത്തോടെ തനിക്കിപ്പോൾ സംസാരിക്കാൻ കഴിയുന്നു എന്ന തിരിച്ചറിവിൽ സൂസന്ന ഒരു ദീർഘനിശ്വാസം പൊഴിച്ചു.

അലക്സ് കസേരയിൽനിന്നും എഴുന്നേറ്റപ്പോൾ ഘോരമായ ശാന്ത

തയാണ് അയാളുടെ മുഖത്തുണ്ടായിരുന്നത്. അതവളെ ശരിക്കും അമ്പരപ്പിച്ചു. "ഒന്നും രണ്ടുമല്ല, പത്തു വർഷമായി ഞാനൊരു ജീവിതം ആഗ്രഹിക്കുന്നു. കൈയെത്തി പിടിക്കാനായുമ്പോഴേക്ക് നീയാണെപ്പോഴും പടുകുഴിയിലേക്കെന്നെ തള്ളിയിടുന്നത്. എനിക്കിനിയും ക്ഷമിക്കാൻ വയ്യ സൂസന്ന. ഞാനിതിന് വൈകാതെ പരിഹാരം കാണും. ഭാര്യ മരിച്ചയാൾക്ക് രണ്ടാമത് വിവാഹം കഴിക്കാൻ ബുദ്ധിമുട്ടുണ്ടാവില്ല അല്ലേ?" അലക്സിന്റെ മുഖത്ത് നിഗൂഢമായ ചിരി വിടർന്നുവന്നു.

കാറ്റെപ്പോഴോ ചാരിയടച്ച വാതിൽ തുറന്ന് പുറത്തേക്കിറങ്ങിയ അലക്സ് ഒന്നുകൂടി സൂസന്നയുടെ സമീപം വന്നു. "എപ്പോഴും പറയുമ്പോലല്ല. കർത്താവ് എന്നോട് പൊറുക്കട്ടെ". സൂസന്നയ്ക്ക് സംസാരിക്കാനവസരം നല്കാതെ അലക്സ് ഇടനാഴി തിരിഞ്ഞു. പിന്നാലെ ഓടിച്ചെന്ന് പിടിച്ചു നിർത്തണമെന്നും ആശ്വസിപ്പിക്കണമെന്നും സൂസന്ന നല്ലപോലെ ആഗ്രഹിച്ചു; പണ്ടൊരിക്കലും തോന്നാത്തപോലെ.

"ആരായിരുന്നു ഗസ്റ്റ്. വലിയ ഒച്ചയിൽ സംസാരിക്കുന്ന കേട്ടു?"

മിനി തലനീട്ടി.

"ഒരു പഴയ പരിചയക്കാരൻ."

എറണാകുളം സൗത്തിൽ ഉച്ചയ്ക്കെത്തുന്ന നേത്രാവതിയിൽ കയറി തിരുവനന്തപുരത്ത് എത്താൻ ഓടിപ്പിടിച്ച് വന്നപ്പോഴാണ് ട്രെയിനുകളുടെ സമയം പാളംതെറ്റിയത് അവൻ അറിഞ്ഞത്. തൃശൂരിലെവിടെയോ മണ്ണിടിഞ്ഞു കിടക്കുന്നത് നെഞ്ചിനകത്താണെന്നു തോന്നി. രാത്രി ഷിഫ്റ്റിന് ജോലിക്കുകയറാനുള്ളതിനാൽ സുഹൃത്തുക്കളുടെ പ്രലോഭനങ്ങളുടെ വഴുക്കൻ പ്രതലത്തിൽ തെന്നിവീഴാതെ പുറപ്പെട്ടതായിരുന്നു അവൻ. ജോണിയും സനലുമൊക്കെ ആഘോഷമെല്ലാം കഴിഞ്ഞ് നാളെയേ പുറപ്പെടൂ. അവരോടൊപ്പം കൂടാൻ ആഗ്രഹിച്ചെങ്കിലും പുതുതായി ജോലിക്കു ചേർന്ന പത്രത്തിലെ ട്രെയിനിങ് പിരീഡിന്റെ കർക്കശത കണ്ണുരുട്ടിക്കാണിച്ചു.

ജനമെല്ലാം ബസ്സ്റ്റാന്റിലേക്ക് ഘോഷയാത്രയായി പോയിരിക്കയാണ്. കൊന്നാലും ബസ് യാത്ര വയ്യ. തിരുവനന്തപുരംവരെയും നില്ക്കേണ്ടിവരും. തടസ്സം നീക്കാനുള്ള ശ്രമങ്ങൾ തകൃതിയായി നടക്കുന്നു എന്നാണ് റെയിൽവേ അറിയിക്കുന്നത്. രണ്ടു മണിക്കൂറെടുക്കും. നോക്കാം. ഇല്ലെങ്കിൽ തിരിച്ചുപോയി സുഹൃത്തുക്കളോടൊപ്പം പങ്കുചേരാം. വരുന്നതു വരട്ടെ.

നെറ്റ്സെന്ററിലിരുന്ന് മെയിലുകൾ നോക്കുമ്പോൾ ഡയലോഗ് ബോക്സിൽനിന്നും സൂസന്ന തല ഉയർത്തി ചോദിച്ചു: "എവിടയാ?"

"ഞാൻ എറണാകുളത്താണ്. സൗത്തിൽ കുടുങ്ങിക്കിടക്കാണ്. സുഹൃത്തിന്റെ കല്യാണത്തിന് വന്നതാണ്" വിരലുകൾ പ്രത്യഭിവാദ്യം ചെയ്തു.

"സൗത്തിലോ? ഞാനിവിടെ അടുത്തുണ്ട്. ആശ്രയഭവൻ. കണ്ടുപിടിക്കാൻ എളുപ്പമാണ്. ഇത്രയും അടുത്ത് വന്നിട്ട് എന്നെ കാണാതെ

പോകാൻ ധൈര്യമുണ്ടോ?"

പിന്നാലെ, സൂസന്നയുടെ പേര് അവന്റെ മൊബൈലിൽ തെളിഞ്ഞു.

രാത്രിയിലെ ഡ്യൂട്ടി, ട്രെയിൻ, കൂട്ടുകാർ തുടങ്ങിയവ നിരത്തിയുള്ള പ്രതിരോധത്തിന്റെ കവചം ഭേദിച്ച് സൂസന്ന സ്നേഹത്തിന്റെ വാക്കുകൾകൊണ്ട് മുറിവേല്പിച്ചു.

"എന്തായാലും ട്രെയിൻ ലേറ്റല്ലേ, അഭിറാം. പത്തു മിനിട്ട് മതി ഇവിടേക്ക്. വീട്ടിലെപ്പോലല്ല. ഇവിടങ്ങനെ എന്നെക്കാണാൻ ആരും വരാറില്ല. നീ വന്നാൽ വലിയ സന്തോഷമാകും. അരമണിക്കൂർ നിനക്ക് നീക്കിവയ്ക്കാനില്ലേ?"

ആശ്രയഭവന്റെ വലിയ വരാന്തയിൽ സൂസന്ന അവനെയും കാത്തിരുന്നു. അവളുടെ ചീർത്ത ശരീരം വീൽച്ചെയറിനുള്ളിൽ ശ്വാസംമുട്ടുന്നുണ്ട്.

"ഇതെന്റെ അടുത്ത സുഹൃത്താണ്. അഭിറാം. പത്രപ്രവർത്തകനാണ്." സിസ്റ്റർ ലിസിക്കും മിനിക്കും പരിചയപ്പെടുത്തി. "എന്റെയീ വിരലുകളെ ഇവൻ വിശേഷിപ്പിച്ചതെന്തെന്നോ? ദൈവത്തിന്റെ വിരലുകൾ." സൂസന്ന വലതുകൈയിലെ ചലിപ്പിക്കാവുന്ന വിരലുകളെ ശ്രമപ്പെട്ട് ഉയർത്തിക്കാട്ടാൻ ശ്രമിച്ചു.

റോഡ് ആക്സിഡന്റുകൾ തകർത്ത ജീവിതങ്ങളെപ്പറ്റി നേരത്തെ ജോലിചെയ്തിരുന്ന പത്രത്തിൽ അവനൊരു പരമ്പര ചെയ്തിരുന്നു. അതുമായി ബന്ധപ്പെട്ടാണ് സൂസന്നയെ വീട്ടിൽപോയി കണ്ടത്. തന്റെ പേരോ, തിരിച്ചറിയാവുന്ന വിവരങ്ങളോ ഒന്നും ലേഖനത്തിൽ ഒരിടത്തും ഉപയോഗിക്കരുത് എന്ന് കർക്കശമായി വിലക്കിയ ശേഷമാണ് സൂസന്ന മനസ്സുതുറന്നത്.

"സൂസന്നയെക്കുറിച്ച് നിങ്ങളുടെ പത്രത്തിൽ എഴുതിക്കൂടേ മിസ്റ്റർ അഭിറാം. നല്ലൊരു ചിത്രകാരിയാണ്. ഈ അവശതകൾക്കിടയിലും... ഞങ്ങളുടെ സ്ഥാപനത്തിന് പേരുകിട്ടുമെന്ന സ്വാർത്ഥമോഹം കൂടി ഉണ്ടെന്ന് കൂട്ടിക്കൊള്ളൂ" സിസ്റ്റർ ലിസി ചോദിച്ചു.

"അഭിറാമിന്റെ കുഴപ്പമല്ല സിസ്റ്ററേ. അങ്ങനെ വല്ലതും എഴുതിയാൽ ഞാനുമായുള്ള ബന്ധം അന്ന് അവസാനിപ്പിക്കുമെന്ന് ഭീഷണിപ്പെടുത്തീട്ടല്ലേ. ഒന്നാമത് ഞാൻ നല്ലൊരു ചിത്രകാരിയല്ല. അവശതകൾക്കിടയിലും ചിത്രം വരയ്ക്കുന്നത് ഒരു വലിയ കാര്യമൊന്നുമല്ല." സൂസന്ന ഇതെല്ലാം അവനോട് പലവട്ടം പറഞ്ഞിട്ടുള്ള ന്യായങ്ങളാണ്.

"യഥാർത്ഥ കാര്യം ഇതൊന്നുമല്ല" സൂസന്ന അവനോടു മാത്രമായി ശബ്ദം താഴ്ത്തി "കോളേജിൽ പഠിക്കുമ്പോ എനിക്കെത്ര ആരാധകരാ ഉണ്ടായിരുന്നതെന്നറിയോ? ഞാൻ സാമാന്യം സുന്ദരിയായിരുന്നു. ഞാനിപ്പൊ ഇങ്ങനെയാണെന്ന് അവന്മാരൊന്നും അറിയാൻ പാടില്ല. പഴയ സൂസന്നയെ കൊല്ലാൻ ഞാൻ സമ്മതിക്കില്ല." സൂസന്നയുടെ പൊട്ടിച്ചിരിയുടെ ഭാഗമാകാൻ അവന് കഴിഞ്ഞില്ല.

"ഇപ്പഴാകെ ടെൻഷനാ അഭിറാം. രാത്രി ഉറങ്ങണമെങ്കിൽ ഗുളിക

വേണം. മുപ്പത്തഞ്ച് വയസ്സ് വലിയൊരു പ്രായമായി തോന്നുന്നു." മുറിയിലെ സ്വകാര്യതയിൽ അവളുടെ ഉത്സാഹമെല്ലാം ചോർന്നുപോയതു പോലെ തോന്നി.

"അതെന്താ ഇങ്ങനെ? വലിയ ബോൾഡായിരുന്നല്ലോ? അലക്സിന്റെ ശല്യമുണ്ടോ ഇപ്പഴും?"

"ഇടയ്ക്ക് വന്നിരുന്നു. പുതിയൊരു ബന്ധം അറ്റുപോയതിലുള്ള മുറിവുമായിട്ട്. നാല്പതാം വയസ്സിലൊക്കെ ഒരു പെൺകുട്ടിയെ പ്രേമിച്ച് വശപ്പെടുത്താൻ, എത്രമാത്രം പ്രയാസപ്പെട്ടിരിക്കും. അലക്സിനോട് പണ്ട് തോന്നിയിരുന്ന വെറുപ്പോ വിദ്വേഷമോ ഇപ്പൊ തോന്നുന്നില്ല. ഞാനയാളെ വല്ലാതെ ബുദ്ധിമുട്ടിക്കുന്നുണ്ട്."

"അയാളുടെ ഭാഗം കൂടി സൂസന്നയിപ്പോൾ ചിന്തിക്കേണ്ട ആവശ്യമുണ്ടോ? ചിത്രം വരയ്ക്കലിൽ കുറച്ചുകൂടി ശ്രദ്ധിക്കൂ. സൂസന്ന, നമുക്ക് എറണാകുളത്തൊരു എക്സിബിഷൻ സംഘടിപ്പിക്കണം. ഇത്തരം കാര്യങ്ങളിൽ ശ്രദ്ധ കേന്ദ്രീകരിച്ചാൽത്തന്നെ പകുതി ടെൻഷൻ ഒഴിവാക്കാൻ കഴിയും."

"മനക്കരുത്തൊക്കെ ഇപ്പഴുമുണ്ട്. എന്റെ ജീവിതം മറ്റൊരാളുടെ മനസ്സമാധാനം തകർക്കുന്നു എന്നതാണ് സങ്കടപ്പെടുത്തുന്നത്." വിളർത്ത ചിരിക്കൊടുവിൽ സൂസന്നയുടെ കണ്ണ് നനഞ്ഞതായി തോന്നി. "എങ്കിലും ഞാൻ ആത്മഹത്യചെയ്യാനൊന്നും പോകുന്നില്ല. അത് ഇവിടെ താമസിക്കുന്ന മറ്റുള്ളവരെക്കൂടി നിരാശരാക്കിക്കളയില്ലേ?"

"പെയിന്റിങ് എക്സിബിഷൻ സീരിയസായിത്തന്നെ ആലോചിക്ക്. എനിക്കും ചില സഹായങ്ങൾ ചെയ്യാൻ കഴിയും."

"വരട്ടെ. ഞാൻ നിന്നെ വിളിക്കാം."

ജോണി മൊബൈലിൽ പാടാൻ തുങ്ങി. അവന് ചെവികൊടുത്തപ്പോൾ സൂസന്ന ഗാഢമായ എന്തോ ആലോചനയിലാണ്ടുപോയി.

"മച്ചമ്പീ റെയിൽവേ സ്റ്റേഷനിലില്ലേ? നമ്മുടെ പ്രമോദും ടീമും വന്ന് ചാടീട്ടൊണ്ട്. വണ്ടീണ്ട്. അവൻ തിരുവനന്തപുരത്തേക്കാ." ജോണിയുടെ ശബ്ദം ഇഴഞ്ഞുവന്നു.

"ഞാൻ സ്റ്റേഷനിലെത്താം. തൊട്ടടുത്തുണ്ട്."

"ഓകെ..."

"എറണാകുളത്ത് വന്നാൽ കാണാതെ പോകരുത്." സൂസന്ന അവനൊരു ചിത്രം സമ്മാനിച്ചു. 'രാത്രിയിലെ വിളക്കുകൾ' എന്നായിരുന്നു അതിന്റെ പേര്.

വാകമരത്തിന്റെ ചുവട്ടിലായിരുന്നു സൂസന്ന കിടന്നത്. അവൾക്കിഷ്ടപ്പെട്ട വാകമരം പൂക്കൾ ചുറ്റും പൊഴിച്ചിട്ടിരുന്നു. സൂസന്ന അവനോട് എന്തോ പറയാൻ ചുണ്ടുകൾ ചലിപ്പിച്ചു. ചില്ലു ഗ്ലാസുകളാണ് അതിനെ തടഞ്ഞത്. കൈകൾ വയറിനു പുറത്തായി കമഴ്ത്തിവച്ചിരുന്നു. ആശ്രയഭവന്റെ മുറ്റത്ത് ഛിന്നഭിന്നമായി നില്ക്കുന്ന ആൾക്കാരെ ചേർത്തുനിർത്തിയാൽ ഒരാൾക്കൂട്ടത്തിന്റെ പൊലിപ്പം വന്നേക്കും. അന്തേവാസിക

ളിൽ ചിലർ വരാന്തയിൽ ദുഃഖംപേറി ഇരിക്കുന്നു. സിസ്റ്റർ ലിസിയും മിനിയും അതിനിടയിൽനിന്ന് പരിചയഭാവത്തിൽ അവനെ സമീപിച്ചു. മിനിയുടെ മുഖം കരഞ്ഞ് വീർത്തിരുന്നു.

“മെനിഞ്ഞാന്ന് രാത്രിയിലായിരിക്കണം. വൈകിട്ട് കഞ്ഞികുടിച്ചു. വായിക്കാനുണ്ടെന്നു പറഞ്ഞ് മുറിയിലേക്ക് പോയി. ഞങ്ങളെല്ലാം ടി വിക്ക് മുന്നിലായിരുന്നു. രാവിലെ മിനി ചെന്ന് നോക്കുമ്പോഴാണ്. എല്ലാവർക്കും ധൈര്യം കൊടുത്തിരുന്ന ആളാണ്.”

“ഇവിടുത്തെ ഗേറ്റ് രാത്രി പൂട്ടാറില്ലേ സിസ്റ്റർ?”

സിസ്റ്റർ ലിസിയുടെ ചുണ്ട് കോടി കീഴ്ത്താടിയോളമെത്തി.

“ഇങ്ങോട്ട് കയറാനുള്ള ഗ്രില്ലുകൂടി ഞങ്ങൾ വലിച്ചിടാറില്ല. ഇവിടെനിന്നും എന്ത് കൊണ്ടുപോകാനാണ്? ഇവിടെ ജീവിക്കുന്നവരോട് ആർക്കാണ് ശത്രുത തോന്നുക? നിങ്ങൾ സംശയിക്കുംപോലൊന്നുമില്ല മിസ്റ്റർ. ഇറ്റീസ് ക്ലിയർലി എ സൂയിസൈഡ്.”

രണ്ടുവിരലുകൾ മാത്രം സ്വാതന്ത്ര്യത്തോടെ ചലിപ്പിക്കാൻ കഴിയുന്ന സൂസന്നയ്ക്ക് അതേ കൈയിലെ ഞരമ്പുകൾ മുറിച്ച് മരിക്കാനാവുമോ? സൂസന്നയുടെ കൈയിലേക്ക് ഒന്നുകൂടി നോക്കി. രക്തം വാർന്നുപോയ മുറിവായ തുറന്ന് അത് ഘോരമായി നിലവിളിക്കാൻ തുടങ്ങി.

സൂസന്ന സെമിത്തേരിയിലേക്കുള്ള യാത്രയ്ക്ക് തയ്യാറെടുക്കുകയാണ്. ആംബുലൻസ് അവൾക്കായി കാത്തുകിടന്നു. അഭിറാമിന് സിസ്റ്റർ ലിസിയെ തിരഞ്ഞുപിടിച്ച് പറയാതാരിക്കാനായില്ല:

“ഗേറ്റിന് നല്ലൊരു താഴിടുന്നത് നല്ലതായിരിക്കും സിസ്റ്റർ. ഗ്രില്ലുകൾ വലിച്ചിടാൻ മറക്കരുത്.”

കിണറ്റിനകത്തെ മഴവില്ല്

ഒന്ന്

'ശരത്കാലം. 'നേവാ' എന്ന് പേരുള്ള വീടിന്റെ രണ്ടാംനിലയിൽ മിഹൽക്കോവ് എന്ന ചെറുപ്പക്കാരൻ ഉറക്കം വരാതെ കഴിച്ചുകൂട്ടുകയായിരുന്നു. വോസ്റ്റോക്കിന്റെ[1] ഒഴിഞ്ഞ നാലു കുപ്പികൾ ആ മുറിക്കകത്ത് ഒരു മൂലയ്ക്കായി ഇരിപ്പുണ്ട്. മോസ്കോ നദിയിൽനിന്നും വരുന്ന രാത്രി തണുപ്പിച്ച് വാറ്റിയ കാറ്റ് മിഹൽക്കോവിനെ തഴുകി ഉറക്കാൻ ശ്രമിച്ചു. ശീതത്തിന്റെ ജാഗ്രത കൂടിയതോടെ അയാൾ രോമക്കുപ്പായത്തിനുള്ളിൽ ശരീരത്തെ പൊതിഞ്ഞെടുത്തു. അർദ്ധരാത്രി കഴിഞ്ഞിട്ടും റോഡിലെ തിരക്ക് അവസാനിച്ചിരുന്നില്ല. രാത്രിയെ പകലാക്കി ആഘോഷിക്കാൻ റഷ്യക്കാർക്ക് മടിയില്ല. ആഘോഷങ്ങളെല്ലാം വറ്റിപ്പോയ മനസ്സായിരുന്നു കുറേക്കാലമായി മിഹൽക്കോവിന്റേത്. ചെറിയൊരു ഇടവേളയ്ക്കു ശേഷം മേശപ്പുറത്ത് അടുക്കിവച്ചിരുന്ന പഴയ കത്തുകൾ ശ്രദ്ധയോടെ അയാൾ വായിക്കാൻ തുടങ്ങി - ആദ്യമായിട്ടെന്നപോലെ.'

പ്രശോഭ് പൂങ്കാവനം എന്ന നോവലിസ്റ്റ് താൻ എഴുതാൻ പോകുന്ന *സൈബീരിയ* എന്ന നോവലിന്റെ തുടക്കം ഇങ്ങനെയാകട്ടെ എന്നു തീരുമാനിച്ചു. ബസിൽ കയറി ഇരിപ്പുറപ്പിച്ചതു മുതൽ പ്രശോഭ് നോവലിന്റെ പണിപ്പുരയിലായിരുന്നു. ഉള്ളിൽ നടന്ന വെട്ടലുകൾക്കും തിരുത്തലുകൾക്കും ഒടുവിൽ, പോക്കറ്റിലുണ്ടായിരുന്ന ചെറിയ ഡയറി എടുത്ത് പ്രശോഭ് നോവൽ ഭാഗം കുറിച്ചിട്ടു. മോശം റോഡിലൂടെയുള്ള സഞ്ചാരം

---

1. *റഷ്യക്കാർ ഉപയോഗിക്കുന്ന വിലകുറഞ്ഞ വോഡ്ക (Vostok)*

പ്രശോഭിന്റെ പേനയെയും ഡയറിയെയും തമ്മിൽ തെറ്റിച്ചുകൊണ്ടിരുന്നു. മറ്റൊരു ആലോചനയിൽ, ചിട്ടപ്പെടുത്തിയ വരികൾ ഇതുപോലെതന്നെ കിട്ടണമെന്നില്ലല്ലോ.

ഭൂതമടക്കിയിൽ ബസിറങ്ങുമ്പോൾ താനൊരു റഷ്യൻ ഗ്രാമത്തിലാണ് നില്ക്കുന്നതെന്ന് പ്രശോഭിന് തോന്നി. യാത്രയ്ക്കിടയിൽ റോഡിന്റെ ഇരുവശത്തും വളർന്നുനിന്ന ഒറ്റപ്പെട്ട കൂറ്റൻ മരങ്ങൾ പോപ്ലാർ വൃക്ഷങ്ങളെപ്പോലെ അയാളെ നോക്കി കൈവീശി. മഞ്ഞിന്റെ പഞ്ഞിക്കെട്ടുകൾ വിടാതെ ചില്ലകളിൽ പറ്റിപ്പിടിച്ച് കിടന്നു. ദൂരെ കാണുന്ന കുന്നുകളിൽനിന്നും റഷ്യൻ നാടോടിക്കഥകളിൽ കാണുന്ന ചാരനിറത്തിലുള്ള റെയ്ൻഡിയറുകൾ കൊമ്പുകുലുക്കി അഭിവാദ്യം ചെയ്തു. വിളഞ്ഞുകിടക്കുന്ന സ്വർണ്ണനിറത്തിലുള്ള ഗോതമ്പുവയലുകൾ തലയാട്ടി. വലിയ വളവുകളിലും തിരിവുകളിലും ബസ് ഉലഞ്ഞപ്പോഴെല്ലാം സമീപത്തിരുന്ന വസ്ത്രങ്ങളടങ്ങിയ വലിയ ബാഗിനെയും പുസ്തകസഞ്ചിയെയും അയാൾക്ക് കുട്ടികളെപ്പോലെ ചേർത്തുപിടിക്കേണ്ടിവന്നു. നോവലിലെ നായകൻ മിഹൽക്കോവ് മുത്തച്ഛന്റെ ശവകുടീരമന്വേഷിച്ച് സൈബീരിയയിലേക്ക് പോകുമ്പോൾ നിശ്ചയമായും ഇത്തരമൊരു ഗ്രാമത്തെയും മുറിച്ചുകടക്കേണ്ടിവരും.

ബഞ്ചിലിരുന്ന് ദിനപത്രത്തെ പാനീയത്തോടൊപ്പം വലിച്ചുകുടിക്കുകയാണ് റഷ്യക്കാരൻ വല്യപ്പൻ. ഓറഞ്ച് നിറത്തിലുള്ള അയാളുടെ മുഖമാകെ ചുളിവുകളുടെ വരണ്ട നദികൾ. പശ്ചാത്തലത്തിൽ മഞ്ഞ് വെളുപ്പിച്ചു നിർത്തിയിരിക്കുന്ന മലനിരകൾ. ഒരു ശീതക്കാറ്റ് പാറിവന്ന് പ്രശോഭിന്റെ എല്ലുകളെവരെ തണുപ്പിച്ച് കടന്നുപോയപ്പോൾ, അയാൾ വിറയ്ക്കാൻ തുടങ്ങി.

ഓലമേഞ്ഞ ചായക്കട, പരിപ്പുവടയുടെയും പഴംപൊരിയുടെയും മണം, റേഡിയോ പാടിയ "മനുഷ്യൻ മതങ്ങളെ സൃഷ്ടിച്ചു....." എന്നിവ പ്രശോഭിനെ ഭൂതമടക്കി, മടക്കിവിളിച്ചു.

കാത്തുനില്ക്കാമെന്നു പറഞ്ഞ ലക്ഷ്മണൻ എവിടെ?

ബുൾഗാൻ താടിയും ജീൻസും ജൂബയും ധരിച്ചിറങ്ങിയ അപരിചിതൻ ഇതിനിടയിൽ ചായക്കടയിലിരുന്നവരുടെ ചാരക്കണ്ണിൽ പതിഞ്ഞിരുന്നു. റോഡ് മുറിച്ചു ചെന്ന്, ലക്ഷ്മണനെ തിരക്കാൻ ഒരുങ്ങിയപ്പോൾ, തലയിൽ ചാക്കുമായി അവൻ പ്രത്യക്ഷനായി.

"ഞാനിത്രേം നേരം കാത്ത് നില്ക്കാരുന്ന് പ്രശോഭാ. നാലരയാവുമ്പം വരേണ്ട ബസല്ലേ. അഞ്ചുമണിയാവുമ്പം വളക്കട അടയ്ക്കും. അമോണിയ വാങ്ങാൻ ഞാൻ അങ്ങോട്ട് പോയതാ"- ലക്ഷ്മണന്റെ വെറ്റിലപ്പല്ലുകൾ പുറത്തുവന്നു.

രണ്ടു ദിവസംമുമ്പ് നഗരത്തിൽ വച്ച് ലക്ഷ്മണനെ കാണുമ്പോഴും അവന്റെ തലയിൽ ചാക്കുണ്ടായിരുന്നു. നഗരത്തിലെ ചന്തയിൽ എല്ലാ ബുധനാഴ്ചയും ലക്ഷ്മണൻ പോയിരുന്നു. ഓഫീസിൽ പോകേണ്ടെന്ന്

തീരുമാനിച്ചതിൻപടി കോഫീഹൗസിൽ അല്പനേരം ചെലവഴിച്ച്, വിൻസെന്റിന്റെ ബുക്ക്ഷോപ്പിലേക്ക് നടക്കുകയായിരുന്നു പ്രശോഭ്. റോഡ് മുറിച്ചുവരുന്ന ലക്ഷ്മണനെ, അയാൾക്ക് വർഷങ്ങൾക്കുശേഷവും തിരിച്ചറിയാൻ ബുദ്ധിമുട്ടുണ്ടായില്ല. സ്കൂൾ പഠനത്തിനുശേഷം ലക്ഷ്മണനെ കണ്ടിട്ടേയില്ല. അവൻ തന്നെ മനസ്സിലാക്കുമോ എന്ന ആകാംക്ഷയെ അമർത്തി, നടത്തം മന്ദഗതിയിലാക്കി, ആൾക്കൂട്ടത്തിൽ അലിഞ്ഞ്, ലക്ഷ്മണന് വഴിയൊരുക്കിക്കൊടുത്തു. എതിരേപോയ ലക്ഷ്മണന്റെ സൗഹൃദത്തിന്റെ ഉറവ, കിതച്ച് മുന്നിൽനിന്ന് പ്രശോഭിന്റെ തോളിൽ കൈയിട്ടു.

"പ്രശോഭാ, എത്ര നാളായടാ നിന്നെ കണ്ടിട്ട്? കടന്നുപോയപ്പഴാ എനിക്ക് സംശയം തോന്നിയത്. ഞാൻ പിന്നാലെ ഓടുവായിരുന്നു. നിനക്കെന്നെ മനസ്സിലായോ?" പ്രാകൃതമായ ശബ്ദത്തിന്റെ അറ്റത്തുനിന്ന് ലക്ഷ്മണൻ വെറ്റിലക്കറപിടിച്ച ചിരി ചിരിച്ചു. പ്രശോഭുടനെ, മികച്ച ആതിഥേയന്റെ ഭാവംപകർന്നാടി കോഫീഹൗസിൽ കയറ്റി ലക്ഷ്മണന് മസാലദോശയും ചായയും വാങ്ങിക്കൊടുത്തു.

ഉത്തരംകോട് സ്കൂളിലേക്കുള്ള ഇടവഴിയെയും, ഏറുകൊള്ളാൻ പാകത്തിന് ചാഞ്ഞുനിന്ന മാവുകളെയും, കൈയാലകളിൽ പറ്റിപ്പിടിച്ച് നിന്ന രുചിയുള്ള വെളുത്ത പൂലയ്ക്കകളെയും[1] പച്ചപ്പാവാടയുടുത്ത പെൺകുട്ടികളെയും കണ്ടുകണ്ട് നടക്കാൻ ലക്ഷ്മണൻ പ്രേരിപ്പിച്ചെങ്കിലും പ്രശോഭൻ വഴിമാറി പൊയ്ക്കളഞ്ഞു. പഴയകാലം പുറത്തെടുക്കുമ്പോൾ ബസ്സ്റ്റാന്റിലെ വൃത്തികെട്ട കക്കൂസിൽ കയറിയപോലെ അയാൾക്ക് ഒക്കാനം വരും.

"നിന്റെയൊരു പൊസ്തകം ഞങ്ങടെ ഭൂതമടക്കീലെ വായനശാലേലൊണ്ട്. എന്റെ ഭാര്യയത് വായിച്ചോണ്ടിരിക്കുവാ. നീയിപ്പൊ പുസ്തകമൊന്നും എഴുതണില്ലേ?"

"പുതിയൊരണ്ണം മനസ്സിലൊണ്ട്. സ്വസ്ഥമായിറ്റ് എഴുതാൻ പറ്റിയൊരു സ്ഥലം കണ്ടെത്തണം."

"അതിനാണോ വെഷമം പ്രശോഭാ. നീ ഭൂതമടക്കിലോട്ട് പോര്. അവിടൊരു ബംഗ്ലാവ് ഒഴിഞ്ഞുകിടപ്പുണ്ട്. അമേരിക്കക്കാരനൊരു അച്ചായന്റതാ. ചില സിനിമാക്കാരൊക്കെ എഴുതാനായിറ്റ് വന്ന് താമസിച്ചിട്ടൊണ്ട്. ഇപ്പൊ ആർക്കും കൊടുക്കുന്നില്ല. ബംഗ്ലാവിന്റെ നോട്ടം ഞാനാ. പറഞ്ഞ് ഏർപ്പാടാക്കിത്തരാം. താമസത്തിന് ചില്ലിക്കാശും കൊടുക്കണ്ട!"

ലക്ഷ്മണനെ കണ്ടിട്ടും കാണാതെ ഒളിച്ചു പോയതിൽ പ്രശോഭിന്റെ ഉള്ളിൽ കുറ്റബോധം പെരുത്തു. തന്റെ നോവൽ *സൈബീരിയ*യെ അടവച്ച് വിരിയിക്കാൻ പറ്റിയ കൂടാണ് ലക്ഷ്മണൻ പറഞ്ഞ അമേരിക്കക്കാരന്റെ ബംഗ്ലാവ്. അമേരിക്കക്കാരന്റെ ബംഗ്ലാവിലിരുന്ന് റഷ്യക്കാരെ

---

1. കുരുമുളകിന്റെ വലുപ്പത്തിലുള്ള വെളുത്ത നിറത്തിലുള്ള മധുരമുള്ള കായ

പ്പറ്റി നോവലെഴുതുന്നതിലെ വൈരുദ്ധ്യം പ്രശോഭിന് രസം പകർന്നു. നോവലിന്റെ ആമുഖത്തിൽ ഇടം പിടിക്കേണ്ട അനുഭവം തന്നെയാണിത്.

മുൻതീരുമാനത്തിൽ ഭേദഗതി വരുത്തി പ്രശോഭ് ആപ്പീസിലേക്ക് വിട്ടു. ഒരാഴ്ചയായി എവിടെയായിരുന്നു എന്ന ഭാവത്തിൽ ആപ്പീസ് കണ്ണുരുട്ടാനും പിറുപിറുക്കാനും തുടങ്ങി. ഇതെത്ര കണ്ടതാണെന്ന മട്ടിലായിരുന്നു പ്രശോഭൻ. നോവലെഴുതാനുള്ള മുന്നൊരുക്കത്തിലായിരുന്നു എന്നൊക്കെ വിശദീകരിക്കാൻ നിന്നാൽ പരിഹാസ്യനായിപ്പോകുമെന്ന് മുന്നനുഭവങ്ങൾ അയാളെ പഠിപ്പിച്ചിരുന്നു. സർഗ്ഗപരമായി എന്തെങ്കിലും കഴിവുണ്ടെങ്കിൽ അതിന്റെ അകിടറുത്തുമാറ്റും ഗുമസ്തപ്പണിയെന്ന് പ്രശോഭിന് പലപ്പോഴും തോന്നിയിട്ടുണ്ട്. ടി വി സീരിയലിനും പത്രത്തിനുമപ്പുറം ലോകമില്ലെന്ന് ചിന്തിക്കുന്ന കൂട്ടങ്ങളാണിത്. ചെങ്കുത്തായ കയറ്റത്തിൽ പകച്ചുനില്ക്കുന്ന ഭാരം കയറ്റിയ വണ്ടിയെപ്പോലെ എഴുത്ത് നിന്നുപോകുമ്പോൾ, അതിന്റെ അസ്വസ്ഥതകളെ പങ്കുവയ്ക്കാൻ ശ്രമിച്ചപ്പോൾ - എത്ര ക്രൂരമായാണ് തന്നോട് ഇവരെല്ലാം പെരുമാറിയിട്ടുള്ളത്. ഒരു എഴുത്തുകാരന്റെ വേദന ഇവർക്ക് പരിഹാസ്യമായി തോന്നുന്നു. കേരളത്തിൽ ഒരെഴുത്തുകാരന് എത്ര വലിയ സങ്കീർണ്ണതകളിലൂടെയാണ് കടന്നുപോകേണ്ടിവരുന്നത്!

“പ്രശോഭൻസാറെ, കാണാനില്ലല്ലോ!? പുതിയ രചനയിൽ വല്ലതുമായിരിക്കും” - ടൈപ്പിസ്റ്റ് പ്രസന്നാമണി സൗഹൃദത്തിന്റെ കട്ടകൾ അമർത്തി.

‘ഓ’ എന്ന് വെറുതേ മൂളി അയാൾ ആപ്പീസറുടെ മുറിയിലേക്ക് കയറിപ്പോയി. ആപ്പീസർ പതിവുപോലെ, മുഖത്തുനോക്കാതെ ഫയലിൽ ഊളിയിട്ടിരുന്നു. ഒന്നരമാസത്തെ ലീവെഴുതി നല്കിയപ്പോൾ, ഫയലെടുത്ത് മേശപ്പുറത്തേക്കെറിഞ്ഞു. ആപ്പീസിലെ ജോലിത്തിരക്കും, രണ്ട് പേരുടെ ഗർഭകാല അവധിയും കാട്ടി ലീവ് തരില്ലെന്ന് കട്ടായം പറഞ്ഞു. എഴുത്തിനെ സംബന്ധിച്ചും ഒരു ഗർഭധാരണവും പ്രസവവും നടക്കുന്നുണ്ട്. അത് അലസിപ്പോയാൽ സാറ് സമാധാനം പറയേണ്ടിവരും - പ്രശോഭിന്റെ മറുവാദത്തിൽ ആപ്പീസറൊന്ന് ഉലഞ്ഞുപോയി.

“പ്രശോഭാ, മേശപ്പുറത്തുള്ള ഫയലുകൾ രണ്ട് ദിവസംകൊണ്ട് തീർക്ക്. അടുത്തദിവസം തൊട്ട് ലീവ് തരാം.” - ആപ്പീസർ റബ്ബർ പോലെ അയഞ്ഞത് അയാളെ രസിപ്പിച്ചു.

“സാദ്ധ്യമല്ല. സാറെന്തുവേണേ ചെയ്തോ.” ഹാഫ് ഡോർ പിടിച്ചടച്ച് പ്രശോഭൻ പുറത്തിറങ്ങുമ്പോൾ, തന്റെ മേശമേലിരുന്ന ഫയലുകൾ ഒളികണ്ണിട്ടുനോക്കുന്നതും, വായപൊത്തി ചിരിക്കുന്നതും കണ്ടു.

“നമുക്കൊരു ചായ കുടിക്കാം പ്രശോഭാ. പറഞ്ഞിരുന്ന ജീപ്പ് വേറെ ഓട്ടം പോയേക്കുവാ.”

പ്രശോഭന്റെ ഭാരമുള്ള പുസ്തകസഞ്ചിയെ ഇടത്തേകൈയിൽ ഏറ്റുവാങ്ങി ലക്ഷ്മണൻ.

“ആരാ ലക്ഷ്മണാ?”ചായക്കടക്കാരൻ ആകാംക്ഷ കൂർപ്പിച്ചു.

അയാളുടെ ഇരിപ്പിടത്തിന് പിന്നിലായി എ കെ ജിയുടെയും ലെനിന്റെയും ചിത്രങ്ങൾ തൂങ്ങുന്നുണ്ടായിരുന്നു.

"എന്റെ സുഹൃത്താ. പ്രശോഭൻ. നോവലെഴുതാൻ വന്നതാ - കല്പനാ ബംഗ്ലാവില്" ലക്ഷ്മണൻ അഭിമാനത്തോടെ പറഞ്ഞു.

"അജയാ" - ചായക്കടയ്ക്കുമുന്നിലൂടെ പോയ ചെറുപ്പക്കാരനെ ലക്ഷ്മണൻ പിടിച്ചടുപ്പിച്ചു. "ഇതാ, ഞാൻ പറഞ്ഞകക്ഷി."

അജയൻ ചിരിച്ചുകൊണ്ട് കൈകൾ നീട്ടി.

"ട്യൂട്ടോറിയൽ കോളേജ് നടത്തുകയാണ്. നമ്മുടെ വായനശാലേടെ സെക്രട്ടറീം" ലക്ഷ്മണൻ പരിചയപ്പെടുത്തി.

"ക്ഷമിക്കണം. ഞാൻ സാറിന്റെ നോവലൊന്നും വായിച്ചിട്ടില്ല. പുതിയ നോവലേതാണ്?"

"പലസ്തീൻ - കണ്ണീരിന്റെ ഉപ്പ്' - പലസ്തീൻ ഇസ്രായേൽ പ്രശ്നമാണ്."

"ആരാ പ്രസാധകൻ? യു ബുക്സാണോ?"

"അവന്മാരൊക്കെ വൻകിടക്കാരല്ലേ? ആദ്യത്തെ ഒന്നുരണ്ടെണ്ണം കൊടുത്തതാണ്. വായിക്കാതെ മടക്കിത്തന്നു. കഴിഞ്ഞ നോവൽ, യു ക്കാര് ചോദിച്ചു. നമുക്ക് മാർക്കറ്റ് ഉണ്ടന്ന് കണ്ടപ്പൊ പിറകേ വന്നതാ. ഞാനും വാശിയിലാ - കൊടുത്തില്ല. മാമ്പൂ ബുക്സാ എന്റെ പുസ്തക ങ്ങളെല്ലാം ഇറക്കിയിരിക്കുന്നത്. എല്ലാ പുസ്തകത്തിന്റേം രണ്ടും മൂന്നും എഡിഷൻ കഴിഞ്ഞു."

"ഞാൻ വായിക്കാം. അതിന്റെ ഓഫീസെവിടാ?"

"ഓവർ ബ്രിഡ്ജിന് അടുത്തായിട്ട്."

ലക്ഷ്മണൻ പറഞ്ഞ ജീപ്പെത്തി. "കാണാം" അജയനോട് യാത്ര പറഞ്ഞു.

"ഒന്നൊന്നര കിലോമീറ്റർ ദൂരോണ്ട്. നല്ല കയറ്റാണ്. വഴീം മോശം. പരിചയമുള്ള ജീപ്പ്കാരേ വരൂ." - ലക്ഷ്മണൻ പുറകിലിരുന്ന് ഉച്ചത്തിൽ വിളിച്ചു പറഞ്ഞു. ജീപ്പിന്റെ ഡ്രൈവർക്ക് അതുകേട്ട് സന്തോഷം വന്നു. ചെറിയ ഒച്ചകളെയൊന്നും പുറത്തുവരാൻ ജീപ്പ് അനുവദിച്ചിരുന്നില്ല.

"ടാറ് ചെയ്യാന്ന് പഞ്ചായത്ത്കാര് പറഞ്ഞിട്ട് കാലം കൊറേ ആയതാ." വലിയൊരു കുഴിയിൽനിന്നും ജീപ്പിനെ കരകയറ്റുന്ന തിനിടയിൽ ഡ്രൈവർ പരാതിപ്പെട്ടു.

പത്താംക്ലാസ് തോറ്റശേഷം, കൊച്ചുവീട്ടിൽ റബ്ബറ് മരം വെട്ടാൻ പോയതും, അവിടത്തെ പെൺകുട്ടിയെ സ്നേഹിച്ചതും, ഒളിച്ചോടിവന്ന് ഭൂതമടക്കിയിൽ കുടിയുറപ്പിച്ചതുമായുള്ള ദീർഘകാല ചരിത്രം ലക്ഷ്മണൻ വിവരിച്ചു. ലക്ഷ്മണന്റെ പ്രണയവും ഒളിച്ചോട്ടവുമൊന്നും അയാൾ അറിഞ്ഞിരുന്നതേയില്ല. "ഇപ്പൊ സാമാന്യം ജീവിക്കാനുള്ള പരുവമായി" - ആത്മവിശ്വാസത്തോടെ ലക്ഷ്മണൻ പറഞ്ഞപ്പോൾ ദൂരെ

യായി കല്പനാ ബംഗ്ലാവിന്റെ തലയെടുപ്പ് കണ്ടു.

രണ്ട്

പതിവില്ലാത്ത ശബ്ദങ്ങൾ കേട്ടാണ് പ്രശോഭ് ഉണർന്നത്. അടുത്തുള്ള മാവിലും മുറ്റത്തുമായാണ് ബഹളത്തിന്റെ ഉറവിടം. കാക്കകളും പീണിക്കിളികളും അണ്ണാറക്കണ്ണന്മാരുമൊക്കെയായുള്ള കലഹമാണ്. അവയുടെ ശബ്ദങ്ങളെ വേർതിരിച്ചെടുക്കാനായി അയാളൊരു ശ്രമം നടത്തിയത് വൃഥാവിലായി.

"ഉറക്കം സുഖമായോ? പുതിയ സ്ഥലമെങ്ങനെ?"

രാവിലെ ലക്ഷ്മണനെ കണ്ട് അയാൾക്ക് അതിശയമായി.

"നീയെപ്പഴാവന്നത്?"

"അരമണിക്കൂറായി. ക്ഷീണം ഉണ്ടാവൂല്ലേ. അതോണ്ടാ വിളിക്കാത്തത്. ഞാൻ രാവിലെ എന്നും നാലരയ്ക്ക് എണീക്കും. പുരയിടത്തിലും വയലിലും പോവും. വർഷങ്ങളായിട്ടൊള്ള ശീലോണ്."

പ്രശോഭ് മാവിൻചോട്ടിലേക്ക് ചെന്നപ്പോ കാക്കകളും പീണിക്കിളികളും വഴിപിരിഞ്ഞു. അണ്ണാറക്കണ്ണന്മാർ മരത്തിന്റെ തുഞ്ചത്തെത്തി. ബംഗ്ലാവിന്റെ നാലു മൂലയ്ക്കും തൂണുപോലെ നാല് മരങ്ങൾ നില്പുണ്ട്. ഒരെണ്ണം സപ്പോട്ടയാണ്. മറ്റ് രണ്ട് മരങ്ങൾ ഏതെന്ന് മനസ്സിലാകുന്നില്ല.

"രാവിലെ ചായകുടിക്കണ ശീലോണ്ടാ? പൊട്ടിയമ്മ വരാൻ എട്ടൊൻപത് മണിയാകും. വീട്ടീന്ന് ഒരു ഗ്യാസും അടുപ്പും എത്തിച്ച് തരാം. ഇടയ്ക്ക് വെള്ളോക്കെ ചൂടാക്കാം. ചായയിടാം. മുറ്റം ദെവസോം തൂക്കണോന്നും, ആഴ്ചേലൊരിക്കെ മുറി തൊടയ്ക്കണോന്നും പൊട്ടിയമ്മയോട് പറഞ്ഞിട്ടുണ്ട്. എന്തേലും ആവശ്യോണ്ടങ്കീ എന്റെയടുത്തേക്ക് അവരെ പറഞ്ഞ് വിട്ടാമതി."

ലക്ഷ്മണൻ ബംഗ്ലാവിന്റെ പുറകിലേക്ക് കൊണ്ടുപോയി. ചൂണ്ടുവിരൽത്തുമ്പിൽ കൊരുത്ത് അവന്റെ വീട് കാട്ടി. മരങ്ങൾ മറച്ചുപിടിക്കാനില്ലാത്തതിനാൽ ലക്ഷ്മണന്റെ വീടിനെ തെളിച്ചത്തോടെ കാണാനായി.

"കാണുമ്പൊ അടുത്തെന്ന് തോന്നും. നടക്കുമ്പൊ നല്ല ദൂരോണ്ട്."

രാവിലെ പുരയിടത്തിൽ പണിക്കാര് വരുമെന്നും, താൻ ചെന്നില്ലെങ്കിൽ ഒരു കാര്യവും നടക്കില്ലാന്നും പറഞ്ഞ് ലക്ഷ്മണൻ പോകാൻ ധൃതിവച്ചു.

പഴുത്തമാവില കടിച്ച് കല്പനാ ബംഗ്ലാവിനുചുറ്റും അയാൾ അലസമായി നടന്നു. മൊട്ടക്കുന്നിന്റെ നാലുചുറ്റുമുള്ള ഇറക്കങ്ങളെ റബ്ബർ പ്ലാന്റേഷനുവേണ്ടി ഒരേ വലുപ്പത്തിൽ പാകപ്പെടുത്തി ഇട്ടിരിക്കുന്നു. വലിയവലിയ മൺപടവുകൾ. കല്പനാ ബംഗ്ലാവിനുചുറ്റും

പത്തേക്കർ സ്ഥലമാണ് ഫ്രാൻസിസ് കുന്നേടത്തിനുള്ളത്. കുന്നേടത്ത് അമേരിക്കൻ സിറ്റിസണാണ്. പണ്ടേ അമേരിക്കയിൽ ചെന്നുപറ്റിയതാണ്. ബിസിനസിനൊപ്പം കവിതാക്കമ്പവുമുണ്ട്. അഞ്ചുവർഷത്തിനിടയ്ക്ക് രണ്ടോമൂന്നോ തവണയാണ് കുന്നേടത്ത് ഇവിടെ താമസിക്കാൻ വന്നിട്ടുള്ളത്. അമേരിക്കയിലെ ബിസിനസെല്ലാം മക്കളെ ഏല്പിച്ച്, ഭാവിയിൽ നാട്ടിൽവന്ന് ശിഷ്ടകാലം കഴിക്കാനാണ് ആഗ്രഹിക്കുന്നത്. കല്പനാ ബംഗ്ലാവിൽ ഇരുന്നാൽ മതി കുന്നേടത്തിന് കവിത വരും - ഹ്രസ്വമായ തന്റെ സന്ദർശനസമയത്തിനിടയിൽ ലക്ഷ്മണൻ ധരിപ്പിച്ചതാണ്.

ഷെൽഫിൽ ഇരുന്ന 'രാക്കിളികൾ' എന്ന സമാഹാരത്തിലൂടെ പ്രശോഭ് തലേദിവസം തന്നെ കടന്നുപോയിരുന്നു. മഹാകവി ഫ്രാൻസിസ് കുന്നേടത്ത് എന്ന പേര് അമേരിക്കൻ മലയാളി അസോസിയേഷൻ സമ്മാനിച്ചതാണെന്നും, കവിതാരചനയ്ക്കായി കൂടുതൽകാലം മാറ്റിവയ്ക്കാൻ ആഗ്രഹിക്കുന്നതായും ആമുഖത്തിൽ പറഞ്ഞിട്ടുണ്ട്. സൂര്യൻ, രാത്രി, ചന്ദ്രൻ, അമ്മ, പ്രേമം എന്നിവയൊക്കെയാണ് കവിതയ്ക്കുള്ള വിഷയങ്ങൾ. ഒന്നുരണ്ടെണ്ണം വായിച്ചപ്പോത്തന്നെ മടുപ്പുതോന്നി. യു പി സ്കൂളിൽ പഠിക്കുന്ന കുട്ടിക്ക് ഇതിനേക്കാൾ മെച്ചപ്പെട്ട കവിത എഴുതാനാകും.

നടപ്പിൽനിന്നും ഇരിപ്പിലേക്ക് അന്നത്തെ അലസജീവിതത്തെ അയാൾ പരാവർത്തനം ചെയ്തു. താഴത്തെ മുഴുവൻ മുറികളും ഉപാധികളൊന്നും കൂടാതെ ഉപയോഗിച്ചുകൊള്ളാൻ ലക്ഷ്മണൻ പ്രശോഭിന് അനുവാദം നല്കിയിരുന്നു. വലിയ ചൂരൽക്കസേര, തേക്കിന്റെ കട്ടിൽ, മേശ, മെത്ത, വിരിപ്പുകൾ എന്നിവ കേടുവരാതെ സൂക്ഷിക്കണമെന്ന കർശനമായ ഉപാധിയിന്മേലും. ഇവയെല്ലാം കുന്നേടത്ത് തനിക്കുമാത്രം ഉപയോഗിക്കാനുള്ളത് എന്ന പട്ടികയിൽപ്പെടുത്തി, ഒരു മുറിക്കുള്ളിൽ വയ്പ്പിച്ചിട്ടുള്ളതാകുന്നു.

വരാന്തയും ഹാളും എഴുത്തിനായി മാറിമാറി ഉപയോഗിക്കാമെന്ന് പ്രശോഭ് തീരുമാനിച്ചു. ഉച്ച കനക്കുന്നതോടെ വരാന്തയിൽ വെയിൽ വീഴും. അപ്പോൾ ഹാളിലേക്ക് പിൻവലിയാം. ഹാളിലും നല്ല വെളിച്ചവും വായുസഞ്ചാരവുമെത്തുന്നുണ്ട്.

മേശയെ ഉന്തിത്തള്ളി ഹാളിന്റെ നടുക്കായി പ്രതിഷ്ഠിച്ചു. പീണിക്കിളികൾ വാതിലിന് സമീപം വന്നിരുന്ന് അകത്തേക്ക് പ്രവേശിച്ചോട്ടെ എന്ന് അനുവാദം ചോദിച്ചു. എന്തൊരു ശല്യമാണിവ - അയാൾ ചുണ്ടുകൂർപ്പിച്ച് ശബ്ദമുണ്ടാക്കി അവയെ അകറ്റിവിട്ടു.

കിണറ്റിലെ തണുത്തവെള്ളം അയാളെ ഉന്മിഷത്താക്കി. ചൂരൽക്കസേരയെ വരാന്തയിൽ വലിച്ചിട്ട് 'ഗ' പോലെ കിടന്നു. ഇനി കാര്യത്തിലേക്ക് കടക്കണ്ടേ? അയാൾ സ്വയം ആരാഞ്ഞു. പിന്നെ വേണ്ടേ -

അതിന് ഉത്തരവും ഉണ്ടായി.

ചുരുണ്ടമുടിയുള്ള മുപ്പത്തേഴ് വയസ്സുകാരനാണ് മിഹൽക്കോവ്. മോസ്കോയിൽനിന്നും അകലെയല്ലാത്ത വാർവാര സ്ട്രീറ്റിലാണ് മിഹൽക്കോവും മകൾ പെട്രീഷ്യയും താമസിക്കുന്നത്. പഴയ റഷ്യൻ രീതിയിലുള്ള ആ വീടിന് ഏറെക്കാലത്തെ പഴക്കമുണ്ടായിരുന്നു. വീടിന്റെ രണ്ടാമത്തെ നിലയിൽ നില്ക്കുമ്പോൾ കാണാമായിരുന്ന റെഡ് സ്ക്വയറും സെന്റ്ബേസിൽ ഭദ്രാസനപ്പള്ളിയും കുട്ടിക്കാലത്തെ മിഹൽക്കോവിന്റെ കൗതുകക്കാഴ്ചകളായിരുന്നു. വലിയ കെട്ടിടങ്ങൾ ഇപ്പോൾ ആ ദൃശ്യങ്ങളെ അപ്പാടെ മറച്ചുപിടിച്ചു. മോസ്കോയിലെ ഷോപ്പിങ് മാളുകളിലൊന്നിലെ ജീവനക്കാരനായിരുന്നു മിഹൽക്കോവ്. മകൾ പെട്രീഷ്യ ആശുപത്രിയിൽ ആയതു കാരണം, മിഹൽക്കോവിന് ഒരു മാസം ജോലിക്ക് ഹാജരാകാൻ കഴിഞ്ഞില്ല. തിരികെ ജോലിയിൽ പ്രവേശിക്കാൻ മിഹൽക്കോവിനെ അധികൃതർ അനുവദിച്ചില്ല. ഇതിനെതിരെ നിയമയുദ്ധം നടത്താൻ മിഹൽക്കോവ് തീരുമാനിക്കുന്നു.

മറ്റൊരു ജോലിക്കായി ശ്രമിക്കുന്നതിനിടയിലെ ഇടവേളകളിൽ അയാൾ അച്ഛന്റെ പഴയ പുസ്തകശേഖരങ്ങളിലൂടെ കടന്നുപോകുന്നു. മോസ്കോ യൂണിവേഴ്സിറ്റിയിൽനിന്നും ചരിത്രത്തിൽ ബിരുദം നേടി യെങ്കിലും മിഹൽക്കോവിന്റെ പുസ്തകവായന തുലോം തുച്ഛമായിരുന്നു. ഒരു പുസ്തകത്തിനകത്തുനിന്നും, അച്ചാച്ചൻ ബൊറീസ് ഗൈദാർ അയച്ച കത്തുകളിൽ ചിലത് കിട്ടുന്നു.

ജോർജിയയിലാണ് ബൊറീസ് ഗൈദാർ ജനിച്ചത്. ജോർജിയൻ ഓർത്തഡോക്സ് സെമിനാരിയിൽ സ്റ്റാലിന്റെ സഹപാഠിയായിരുന്നു. 1903 ൽ സ്റ്റാലിൻ ബോൾഷെവിക് പാർട്ടിയിൽ ചേർന്നതിനു പിന്നാലെ ഗൈദാർ പാർട്ടിയിലെത്തി. രണ്ടാം ലോകയുദ്ധകാലത്ത് പട്ടാള ഓഫീസറായി സേവനമനുഷ്ഠിച്ചു. ലെനിൻഗ്രാഡിൽ ജർമ്മൻപടയെ നേരിട്ട യുദ്ധത്തിൽ പരിക്കേറ്റ് പട്ടാളജീവിതം അവസാനിപ്പിച്ചു. സോവിയറ്റ് യൂണിയൻ കാർഷികവൃത്തിയെ പരിപോഷിപ്പിക്കുന്നതിനായി നടത്തിയ പരിശ്രമ ങ്ങളുടെ ഭാഗമായാണ് ഗൈദാർ സൈബീരിയയിലേക്ക് സ്വയം സന്നദ്ധനായി പോകുന്നത്. നീണ്ട പതിനഞ്ചുവർഷത്തെ സൈബീരി യൻ വാസത്തിനിടയിൽ രണ്ടോ മൂന്നോ തവണ മാത്രമാണ് ഗൈദാർ മോസ്കോയിലേക്കു വന്നത്. വീടുമായി വലിയ ബന്ധമൊന്നും പുലർ ത്താത്ത അദ്ദേഹത്തിന്റെ മരണവും സൈബീരിയയിൽ വച്ചായിരുന്നു.

അച്ചാച്ചന്റെ കത്തുകൾക്കൊപ്പം ഉണ്ടായിരുന്ന അദ്ദേഹത്തിന്റേ തല്ലാത്ത രണ്ട് കത്തുകളാണ് മിഹൽക്കോവിനെ ആകർഷിച്ചത്. അച്ചാ ച്ചന്റെ സുഹൃത്ത് വ്ളാഡിമർ ബുൽഗാക്കോവ് ആണ് കത്ത് അയച്ചിരി ക്കുന്നത്. അച്ചാച്ചന്റെ ഡയറികളും സമ്പാദ്യമായുള്ള റൂബിളുകളും കൈപ്പറ്റണമെന്നായിരുന്നു കത്തിന്റെ ഉള്ളടക്കം. ഒരു വർഷത്തിനു

ശേഷമാണ് വ്ളാഡിമറിന്റെ രണ്ടാമത്തെ കത്ത് വന്നുചേർന്നിരിക്കുന്നത്. ഗൈദറിന്റെ ഡയറികളും സമ്പാദ്യവും ഒരു പെട്ടിക്കുള്ളിലാക്കി അദ്ദേഹത്തെ സംസ്കരിച്ച സ്ഥലത്ത് സൂക്ഷിച്ചിരിക്കുന്നു എന്നായിരുന്നു അതിന്റെ ഉള്ളടക്കം. വ്ളാഡാവൊസ്റ്റോക്ക് സ്റ്റേഷനിൽ ട്രെയിനിലെത്തിയാൽ, അദ്ദേഹത്തെ സംസ്കരിച്ചിരുന്ന കൃഷിയിടത്തിനു സമീപത്തെ കുന്നിന്റെ ചരിവിലെത്താനുള്ള കൈകൊണ്ട് വരച്ച മാപ്പും അതിനൊപ്പം വച്ചിരുന്നു. കത്തിന്റെ വിശ്വാസ്യതയെ സംബന്ധിച്ച ഉറപ്പില്ലാത്തതിനാലാകാം ആരും അച്ചാച്ചന്റെ ഒസ്യത്ത് അന്വേഷിച്ചുപോകാത്തതെന്ന് മിഹൽക്കോവിന് തോന്നി. വ്ളാഡിമറിന് അതുംകൊണ്ട് ഇങ്ങോട്ടുവന്നാലെന്തായിരുന്നു എന്ന ചോദ്യവും അവശേഷിക്കുന്നു. അച്ചാച്ചൻ മരിച്ചിട്ടിപ്പോൾ 55 വർഷം കഴിഞ്ഞിരിക്കുന്നു.

ദിവസങ്ങളോളം നീണ്ട കഠിനമായ പര്യാലോചനകൾക്കുശേഷം അച്ചാച്ചന്റെ ശവകുടീരം തേടിപ്പോകാൻ മിഹൽക്കോവ് തീരുമാനിച്ചു. മകൾ പെട്രീഷ്യയെയും കൂട്ടിയുള്ള ദീർഘമായ യാത്രയ്ക്കിടയിൽ റഷ്യയുടെ പുതിയ മുഖം തെളിഞ്ഞുവരുന്നു. മിഹൽക്കോവ് ഒരു ചരിത്ര വിദ്യാർത്ഥിയായിരുന്നത് നോവലിന്റെ വളർച്ചയ്ക്ക് സഹായകമായിത്തീരും.പഴയ റഷ്യൻ ജീവിതവും ഇപ്പോഴത്തേതും തമ്മിലുള്ള താരതമ്യം, പുതിയ കാലത്തെ മുതലാളിത്ത ആശയങ്ങളുടെ പിടിമുറുക്കൽ, റഷ്യയിലെ പുതിയ തലമുറയും പഴയ തലമുറയും ഇതിനെ എങ്ങനെ നോക്കിക്കാണുന്നു - ഇവയെല്ലാം പല അദ്ധ്യായങ്ങളിലായി കടന്നുവരണം. മിഹൽക്കോവിന്റെ ഭാര്യയിലൂടെ റഷ്യയിലെ അരാജക ജീവിതത്തിന്റെ നേർച്ചിത്രം തെളിയണം. മെച്ചപ്പെട്ട ജീവിതം ആഗ്രഹിച്ച അവൾ, രണ്ടുവർഷം മുമ്പ് മിഹൽക്കോവിൽനിന്നും വിവാഹമോചനം നേടിയിരുന്നു. ശരീരം വില്ക്കുന്നത് തെറ്റല്ലെന്നുപോലും അവൾ വിശ്വസിക്കുന്നു, അതനുസരിച്ച് പ്രവർത്തിക്കുന്നു.

ട്രെയിൻയാത്രയിൽ മിഹൽക്കോവും ആറുവയസ്സുകാരി പെട്രീഷ്യയും കാണുന്ന കാഴ്ചകൾക്ക് സമാനതകളുണ്ടാകരുത്. കുട്ടിയുടെയും മുതിർന്ന ആളിന്റെയും രണ്ട് വ്യത്യസ്തവീക്ഷണങ്ങൾക്ക് സാദ്ധ്യതയുണ്ട്.

പുസ്തകങ്ങളിൽനിന്നും ഇന്റർനെറ്റിൽ നിന്നുമായി പ്രശോഭ് നോവൽ രചനയ്ക്ക് സഹായകമാകുന്ന ധാരാളം വിവരങ്ങൾ ശേഖരിച്ചിരുന്നു. പക്ഷേ, അവ പരിമിതമാണെന്ന് എഴുത്തിലേക്കു കാലെടുത്തു വച്ചപ്പോൾത്തന്നെ പ്രശോഭിന് ബോദ്ധ്യമായി. ഇത്തരം അനുഭവം അയാൾക്ക് പുതിയതല്ല. എഴുത്തിനെ മുന്നോട്ടു പറത്തിവിടാം. ആവശ്യമുള്ള വിവരങ്ങൾ കണ്ടെത്തി, വിളക്കിച്ചേർക്കാം.

പ്രശോഭ്, മിഹൽക്കോവിന്റെ യാത്രയ്ക്കുമുമ്പുള്ള രണ്ടാഴ്ചയായുള്ള ആന്തരികസംഘർഷത്തിൽ മനസ്സുറപ്പിച്ചു. അച്ഛനിലൂടെ

അറിഞ്ഞ അച്ചാച്ചൻ ഗൈദാറിന്റെ ചിത്രം, അവനിൽ ആൽബത്തിലെന്നപോലെ തെളിഞ്ഞുവന്നു. മറവിയുടെ അറകളിൽനിന്നും ഓർമ്മകളുടെ ധൂസരം ഉയർന്നു. അത് മിഹൽക്കോവിനെ സൈബീരിയയിലേക്ക് തള്ളിവിടാൻ ശക്തിയുള്ള കൊടുങ്കാറ്റായി ആഞ്ഞടിച്ചു. അച്ചാച്ചന്റേതായി അവശേഷിക്കുന്ന റൂബിളുകളോടുള്ള താല്പര്യമായിരുന്നില്ല മിഹൽക്കോവിനെ അതിനായി പ്രേരിപ്പിച്ചത്. അച്ചാച്ചന്റെ സൈബീരിയൻ ദിനങ്ങളെക്കുറിച്ചറിയാൻ മിഹൽക്കോവിന് അദമ്യമായ ആഗ്രഹം തന്നെ ഉണ്ടായി.

"സാറേ"

മുൻപിൽ നില്ക്കുന്ന സ്ത്രീയെ സംശയമൊന്നും കൂടാതെ പ്രശോഭിന് തിരിച്ചറിയാനായി. വരിതെറ്റിയ പല്ലുകാട്ടി പൊട്ടിയമ്മ വിനീതയായി. കൈയിലുള്ള പാത്രങ്ങൾ വരാന്തയിലെ കൈവരിയിൽവച്ച്, നടുവിന് കൈയുംകൊടുത്തുനിന്ന് കിതയ്ക്കാൻ തുടങ്ങി.

"ശ്വാസംമുട്ടിന്റെ ശല്യോണ്ട് സാറേ. കയറ്റം കയറിയാ അപ്പൊ തൊടങ്ങും. രാത്രി ഒറക്കോല്ല."

പൊട്ടിയമ്മ മുറ്റം വെടിപ്പാക്കുമ്പോൾ, പ്രശോഭ് ദോശയും ചായയും കഴിച്ചു.

"ഉച്ചയ്ക്ക് ചോറു കൊണ്ടുവരാം. മീൻ എല്ലാ ദെവസോം കിട്ടില്ല. വൈകിട്ട് എന്താ വേണ്ടത്?"

"കഞ്ഞി മതി. പയറും പപ്പടോം."

"ഓ."

കിണറ്റിന്റെ സമീപത്തെ അലക്കുകല്ലിൽ കുറേനേരമിരുന്ന് കിതപ്പാറ്റിയശേഷം പൊട്ടിയമ്മ പാത്രങ്ങളുമെടുത്ത് പോയി. പൊട്ടിയമ്മ പോയ ഉടനെ മിഹൽക്കോവിനെ യാത്രയ്ക്കുള്ള തയ്യാറെടുപ്പുകൾക്കായി വിളിച്ചുവരുത്തി. പെട്രീഷ്യ എവിടെ? ഇപ്പോഴും ഉറക്കത്തിലാണോ? വിളിച്ചുണർത്തൂ ആ കുട്ടിയെ - യാരോസ്ലാവിസ്കി സ്റ്റേഷനിൽ നിങ്ങളുടെ ട്രെയിൻ പുറപ്പെടാൻ പോവുകയാണ് - അയാൾ മിഹൽക്കോവിനെ ധൃതി പിടിപ്പിച്ചു.

മൂന്ന്

പ്രതീക്ഷിച്ചതിനേക്കാൾ വേഗത്തിൽ എഴുത്ത് മുന്നോട്ടുപോകുന്നത് പ്രശോഭിനെ ആഹ്ലാദിപ്പിച്ചു. കുറേ മുന്നേറിക്കഴിയുമ്പോൾ, വൻമലകൾ കുറുകേനിന്ന് പ്രതിബന്ധം സൃഷ്ടിക്കുന്നത് അയാളുടെ എഴുത്ത് പ്രക്രിയയിലെ സാധാരണമായ ഒന്നായിരുന്നു. യാത്രയാണ് ഇത്തരം ദുർഘടങ്ങൾക്ക് പരിഹാരക്രിയയായി പ്രശോഭ് കണ്ടിരുന്നത്. സഞ്ചാരത്തിനിടയിൽ എവിടെയെങ്കിലുംവച്ച് ഒരു വെള്ളിടി മിന്നും,

വൻമല രണ്ടായി പിളരും, അതിലൂടെ വീണ്ടും എഴുത്തിന്റെ പ്രവാഹമുണ്ടാകും. അതൊരു വല്ലാത്ത അനുഭൂതിയാണ്.

ഇത്തവണ അത്തരം തീർത്ഥാടനമൊന്നും പ്രശോഭിന് വേണ്ടി വന്നില്ല. കല്പനാബംഗ്ലാവ് ഐശ്വര്യമുള്ള ഒരിടമാണെന്ന് അയാൾ തിരിച്ചറിഞ്ഞു. ഫ്രാൻസിസ് കുന്നേടത്തിന് ഇവിടെയിരുന്നാൽ കവിത വരുമെന്നുപറഞ്ഞതിൽ അതിശയിക്കാനില്ല. ആരും ശല്യപ്പെടുത്താൻ വരില്ല. പൊട്ടിയമ്മയാണ് ദിവസം വന്നുപോകുന്ന ഒരാൾ. ലക്ഷ്മണൻ വന്നത് ഒരു തവണ കൂടിയാണ്. ട്യൂട്ടോറിയൽ കോളേജ് അദ്ധ്യാപകൻ കെ ആർ അജയൻ രണ്ടു തവണയും.

അജയന്റെ വരവിന് ഒരു പ്രത്യേക ഉദ്ദേശ്യമുണ്ടായിരുന്നു. ഭൂതമടക്കി ഗ്രാമോദ്ധാരണ ഗ്രന്ഥശാലയിൽ ഒരു പ്രഭാഷണം നടത്തണം. പരമാവധി ഒഴിഞ്ഞുമാറിയിട്ടും, അജയൻ മുറുകെപ്പിടിച്ചു. ഒടുവിൽ ബുധനാഴ്ച വൈകിട്ട് അഞ്ചു മണി സമയവും നിശ്ചയിച്ചു.

രാവിലെയുള്ള ബസിൽ നഗരത്തിൽ പോകാനും, വൈകിട്ട് തിരിച്ചുവന്ന് യോഗത്തിൽ പങ്കെടുക്കാനും പ്രശോഭ് തീരുമാനിച്ചു. രാവിലെ ആറു മണിക്ക് ഭൂതമടക്കിയിൽനിന്നുള്ള ബസ് പിടിക്കാൻ പാകത്തിൽ മൊബൈലിൽ അലാറം സെറ്റ്ചെയ്തു. ഇവിടെ വന്നതിനുശേഷം രാവിലെ വിളിച്ചുണർത്തുക, സമയമറിയിക്കുക തുടങ്ങിയ തരംതാണ ജോലികളാണ് മൊബൈൽ നിർവ്വഹിച്ചു പോരുന്നത്. ബംഗ്ലാവിന്റെ ഒരു പ്രത്യേക സ്ഥലത്ത് മൊബൈലിനു നെഞ്ചിടുപ്പുണ്ടെന്ന കണ്ടുപിടിത്തം പ്രശോഭ് നടത്തിയത് രണ്ടുദിവസം മുമ്പാണ്. രണ്ടാം നിലയിലെ ടെറസിൽ മേഘങ്ങളെയും നോക്കി ഇരിക്കയായിരുന്നു. അഞ്ചുമണി കഴിയുമ്പോഴേക്കും തണുപ്പ് ടെറസ്സിൽ അരിച്ചെത്താൻ തുടങ്ങും. പോക്കറ്റിൽ കിടന്ന മൊബൈലിന് ജീവനിട്ടത് അപ്പോഴാണ്. ആദ്യമായി കാണുമ്പോലെ ആ യന്ത്രത്തെ കൈവെള്ളയിൽവച്ച് കുറച്ചുനേരം നോക്കിനിന്നു. ആരോടെങ്കിലുമൊന്ന് സംസാരിക്കണമെന്ന് ആഗ്രഹിച്ചിരിക്കുകയായിരുന്നു അയാൾ. ഉദ്വേഗത്തോടെ 'വിൻസെന്റ്' എന്ന് വിളിച്ച് ഒരു ചാൽ നടക്കുമ്പോഴേക്കും ഫോൺ കട്ടായി. റെയ്ഞ്ചിന്റെ തലയെടുപ്പ് എവിടെ? പഴയ ഇരിപ്പിടത്തിൽ തമ്പടിച്ചപ്പോൾ, റെയ്ഞ്ചിന്റെ കട്ടകൾ ഉയിരിട്ടുവന്നു. വിൻസെന്റ് വീണ്ടുമെത്തി. താൻ ആവശ്യപ്പെട്ട പുസ്തകങ്ങൾ വരുത്തിക്കഴിഞ്ഞു എന്ന് അയാൾ അറിയിച്ചു. റഷ്യയിലെ സസ്യ-ജന്തു വൈവിദ്ധ്യം, ഭൂപ്രകൃതി, കാലാവസ്ഥാ വ്യതിയാനം എന്നിവയെക്കുറിച്ചുള്ള ഏതെങ്കിലുമൊക്കെ പുസ്തകങ്ങൾ ലഭ്യമാണെങ്കിൽ വരുത്തിവയ്ക്കാൻ പ്രശോഭ് ആവശ്യപ്പെട്ടിരുന്നു. ബുധനാഴ്ച ഷോപ്പിലെത്താമെന്നും അന്ന് നേരിൽ കാണാമെന്നും പ്രശോഭ് പറഞ്ഞു. നോവലിന്റെ ഇതുവരെയുള്ള പുരോഗതിയെക്കുറിച്ച് വിൻസെന്റിനോട് വിവരിക്കാൻ അയാൾക്ക് വീർപ്പുമുട്ടി.

അലാറം കരഞ്ഞ ഉടനെ ലൈറ്റ് തെളിക്കാൻ ശ്രമിച്ചു. കറന്റില്ല. തപ്പിപ്പിടിച്ചെടുത്ത മെഴുകുതിരി തെളിച്ച് അയാൾ കുളിമുറിയിലേക്കോടി. പൈപ്പ് വെള്ളമില്ലാതെ ദീർഘമായ കോട്ടുവായ ഇട്ടു. ഇരുട്ടിലൂടെ ടെറസിലേക്ക് പാഞ്ഞു. ടാങ്കിൽ ഒരു തുള്ളിവെള്ളമില്ല. പദ്ധതിയാകെ പൊളിഞ്ഞു. അയാൾ നിരാശയോടെ തലയിൽ കൈകൊണ്ട് മുട്ടി. ഇന്നലെ രാത്രിപോയ കറന്റാണ്. കനത്ത മഴയായിരുന്നു. അയാൾ വരാന്തയിൽ കുത്തിപ്പിടിച്ചിരുന്നു.

എട്ടുമണിയായിട്ടും സപ്ലൈ എത്താത്തതിനാൽ ലക്ഷ്മണനെ കണ്ടെത്തേണ്ടത് അനിവാര്യമായിത്തീർന്നു. ഇലക്ട്രിസിറ്റി ആപ്പീസ് എവിടെയെന്ന് അറിയില്ല. ലക്ഷ്മണന്റെ വീട്ടിലേക്കുള്ള വഴി കുത്തനെയുള്ള ഇറക്കമാണ്. റബ്ബറിന് വെട്ടിയ പ്ലാറ്റ്ഫോമിനിടയിലൂടെ നടവഴി തെളിഞ്ഞു കിടപ്പുണ്ട്. ചിലേടത്തെത്തുമ്പോൾ അവ തേഞ്ഞ് ഇല്ലാതാകും. അപ്പോഴെല്ലാം താഴെയുള്ള ലക്ഷ്മണന്റെ വീടിനെ കണ്ണുകൊണ്ട് ഉഴിഞ്ഞ് പുതിയ വഴി വെട്ടിത്തെളിക്കേണ്ടി വന്നു.

മിഹൽക്കോവ് സൈബീരിയയിൽ തന്റെ അച്ചാച്ചൻ ഗൈദാറിന്റെ ശവകുടീരം കണ്ടെത്തുന്നത് ഇത്തരമൊരു താഴ്വരയിൽ വച്ചാകട്ടെ. അവിടെ ഗൈദാറിന്റെ മാത്രം ശവകുടീരം. ലില്ലിപ്പൂക്കൾ നിറഞ്ഞ താഴ്വര. അച്ചാച്ചന്റെ ശവകുടീരത്തിൽ കുറേ പൂക്കൾ പറിച്ചുവച്ച് അവൻ മടങ്ങുന്നു. പെട്രീഷ്യയുടെ കണ്ണുകൾ നനയുന്നു. എന്തിനാണ് കരയുന്നതെന്ന അച്ഛന്റെ ചോദ്യത്തിന് അവൾക്ക് മറുപടി ഉണ്ടായിരുന്നില്ല.

"ലക്ഷ്മണേട്ടൻ രാവിലേ പോയല്ലോ. ചന്തയല്ലേ. ഇനി വൈകിട്ടേ വരൂ." - ഇരിക്കാൻ കസേര സജ്ജമാക്കിക്കൊണ്ട് ലക്ഷ്മണന്റെ ഭാര്യ പറഞ്ഞു.

ഇന്ന് ബുധനാഴ്ചയാണല്ലോ എന്ന് അയാൾ ആന്തലോടെ ഓർത്തു. നടപ്പ് വെറുതെയായി!

"ഇവിടയും അതേ ലൈനാ. കറന്റുണ്ടല്ലോ. പീസെങ്ങാനും അടിച്ചുപോയിരിക്കും. നോക്കിയാരുന്നോ?" ചോറുപാത്രം ബാഗിലിടുന്നതിനിടയിൽ ലക്ഷ്മണന്റെ മകൻ പ്രസ്താവിച്ചു. കറുത്തു മെലിഞ്ഞ അവന്, അയാളേക്കാൾ ഉയരമുണ്ടായിരുന്നു.

"എടാ, നീയൊന്ന് പോയിനോക്കീട്ട് വാ."

അമ്മ പറഞ്ഞത് അവന് തീരെ ഇഷ്ടപ്പെട്ടില്ലെന്ന് മുഖം വ്യക്തമാക്കി. "ഇപ്പൊത്തന്നെ താമസിച്ചു" അവൻ അമ്മയുടെ അടുത്ത് പല്ലുഞെരിച്ചു. അവരവനെ കണ്ണുരുട്ടി പേടിപ്പിച്ചു, കൈയിലൊരു പിച്ചു കൊടുത്തു.

"പീസ് പോയോന്ന് നോക്കിയാരുന്നോ?" അനുഗമിക്കലിനിടയിൽ അവന്റെ ആധികാരികമായ ചോദ്യത്തിൽ അയാളൊന്ന് പരുങ്ങിപ്പോയി.

"നോക്കി" അയാളൊരു നുണ പറഞ്ഞു.

"എന്താ നിന്റെ പേര്?"

"ഹരികൃഷ്ണൻ"

"എത്രേലാ?"

"എട്ടില്. രാവിലെ ട്യൂഷന് പോകാൻ നിക്കാരുന്നു."

"പുസ്തകോക്കെ വായിക്കോ?"

"തോന്നിയാല്. അമ്മ നന്നായിറ്റ് വായിക്കും. ഞാനാ വായനശാലേന്ന് പുസ്തകം എടുത്ത് കൊടുക്കണെത്. സാറിന്റെ പുസ്തകം ഞാൻ വായിക്കാൻ നോക്കി. മനസ്സിലായില്ല."

"സ്കൂളില് പഠിക്കാനുള്ളത് മനസ്സിലായില്ലേ നീ എന്തു ചെയ്യും. ഒരിക്കൽക്കൂടി വായിക്കില്ലേ? അതുപോലെ ഇതും ഒരിക്കൽക്കൂടി വായിച്ചുനോക്കണം. അപ്പൊ പിടികിട്ടും."

"വേറെ പണിയില്ലേ. അതിന് അമ്മയ്ക്കുംകൂടി ഇഷ്ടപ്പെട്ടില്ല. ഭയങ്കര ബോറാന്ന് പറഞ്ഞു."

കാലിൽ മുള്ള് തറച്ചപോലെ അയാൾക്ക് നൊന്തു.

പകുതിദൂരമേ ആയിട്ടുള്ളു. കിതപ്പിന്റെ തിരമാലകൾ അയാളുടെ നെഞ്ചിൽ അലയടിച്ചു. തൊണ്ട വരണ്ടു. ആഞ്ഞിലിയുടെ മെല്ലിച്ച വളർച്ചയിൽ പിടിച്ച് ഏറെനേരം നിന്നു. ഇനിയും കയറിപ്പോകാനുള്ള ദൂരം നെഞ്ചുവിരിച്ചുനിന്ന് അയാളെ ആശങ്കപ്പെടുത്തി. ചെക്കൻ കുറച്ചുനേരം കാത്തശേഷം, അയാളുമായുള്ള ബന്ധം വിച്ഛേദിച്ച് സ്വയംപര്യാപ്തനായി.

ഇടത്താവളങ്ങൾ താണ്ടി പ്രശോഭ് മുകളിലെത്തിയപ്പോൾ, അവൻ ജോലി പൂർത്തിയാക്കിയിരുന്നു.

"നോക്കീന്നല്ലേ പറഞ്ഞത്? പീസടിച്ചു പോയതായിരുന്നു. മനുഷ്യനെ മെനക്കെടുത്താൻ."

ചെക്കന്റെ നോട്ടത്തെ നേരിടാൻ അയാൾക്ക് ശക്തിയുണ്ടായില്ല.

മുറിക്കുള്ളിൽ ഫാൻ കരയുന്നത് കാത് പിടിച്ചെടുത്തു.

"സാറിന്റെ വീട്ടീ പീസടിച്ചുപോയാ ആരാ കെട്ടിയിടണത്?" തന്റെ അറിവില്ലായ്മ അവന് മനസ്സിലായതിൽ അയാൾക്ക് ജാള്യത തോന്നി.

കുട്ടീ, എഴുത്തുകാർ പ്രായോഗികജീവിതത്തിൽ എപ്പോഴും പരാജിതരായിരിക്കും - എന്ന് പറയാൻ അയാൾ ആഗ്രഹിച്ചു. പിന്നീടൊരു വീണ്ടുവിചാരത്തിൽ പറയാതിരുന്നത് എത്ര നന്നായെന്ന് തോന്നുകയും ചെയ്തു.

നാല്

കുളിമുറിയിൽനിന്നും ഇറങ്ങുമ്പോൾ, തേയില തിളപ്പിക്കുന്ന മണം മൂക്കിൽ വന്നടിക്കുന്നതായി പ്രശോഭിന് അനുഭവപ്പെട്ടു. അടുക്കളയിൽ ചില എടുത്തുപെരുമാറ്റങ്ങൾ നടക്കുന്നു. ലക്ഷ്മണൻ ഒരുദിവസം

ഗ്യാസ്കുറ്റിയും അടുപ്പും ചില പാത്രങ്ങളും കൊണ്ടുവച്ചശേഷം, അടുക്കളയുടെ ഭാഗം തുറന്നിട്ടില്ല. അടുക്കളയിലെ ചിട്ടവട്ടങ്ങളെല്ലാം അയാൾക്ക് അപരിചിതമായിരുന്നു. പൂച്ചക്കാലിൽ നടന്ന്, അടുക്കള വാതിലിലൂടെ തലയിട്ട് നോക്കി - അതിശയം! ഇതാ അടുക്കളയിൽ ഒരു യുവതി. ബഷീറിന്റെ 'നീലവെളിച്ച'മെന്ന കഥ പെട്ടെന്ന് ഓർമ്മവന്നു. ബംഗ്ലാവിൽ ആത്മഹത്യ ചെയ്ത ഏതെങ്കിലും പെണ്ണിന്റെ പ്രേതമായിരിക്കുമോ? നാല്പത് വയസ്സ് തോന്നും. തുടുത്ത ശരീരം. ചുരുണ്ട മുടി. ചുണ്ടിൽ മൂളിപ്പാട്ട്. തന്റെ സാന്നിദ്ധ്യമറിഞ്ഞ് അവളൊന്ന് ഞെട്ടിയത് പ്രശോഭ് കണ്ടു. പിന്നെ ചിരിച്ച്, നനഞ്ഞ കൈ മേൽമുണ്ടിനായി ഉപയോഗിക്കുന്ന തോർത്തിൽ തുടച്ച്, സമീപം വന്നു.

"ഞാൻ വന്ന് സാറിനെ കുറെനേരം വിളിച്ചു. കുളിക്കാണന്ന് മനസ്സിലായി. അതാ ഞാനിങ്ങ് കയറി ജോലി തുടങ്ങീത്" അവളുടെ ശ്വാസം തന്റെ മുഖത്തുവന്ന് തട്ടുന്നുണ്ടെന്ന് പ്രശോഭിന് തോന്നി.

"അടുക്കളേലെന്താ?" - അയാൾ വിറയൽ വിടാതെ ചോദിച്ചു.

"കണ്ടില്ലേ. ചായയുണ്ടാക്കാണ്. വീട്ടീന്ന് ഇട്ടോണ്ട് വന്നാ തണുത്ത് പോവില്ലേ. ആണുങ്ങൾക്ക് ചൂടുചായ കിട്ടീലേ ദേഷ്യം വരൂല്ലേ?." അവൾ ചായ വച്ചുനീട്ടി.

"ആട്ടുമ്പാല് കൊണ്ടുള്ള ചായയാ. എന്റെ ആട്ടിൻപാലാ. എങ്ങനുണ്ട്?"

"ഗംഭീരം. നല്ല ചൂട്. പൊട്ടിയമ്മ എവിടെ?"

"അതെന്താ സാറേ. എന്നെ പിടിച്ചില്ലേ?"

"ഏയ് അതല്ല..."

"പൊട്ടിയമ്മയ്ക്കേ, ഇന്നലെ രാത്രി മൊതല് ശ്വാസംമുട്ട് കൂടി. വയ്യേലും ഒരുസമയം ചുമ്മാ ഇരിക്കത്തില്ല ആ തള്ള. കുറ്റം പറഞ്ഞിട്ടും കാര്യോല്ല - അവർക്കും ജീവിക്കണ്ടേ. രാത്രീല് രതീഷ് ഡോക്ടറുടെ വീട്ടീ കൊണ്ടുപോയി. ഒരാഴ്ച അനങ്ങിപ്പോകരുതെന്നാ ഡോക്ടറ് പറഞ്ഞത്. ഇനി പൊട്ടിയമ്മ സുഖമാവുംവരെ ഞാനാ വരണത്." - അവൾ കണ്ണിൽത്തന്നെ കുറച്ചുനേരം നോക്കി നിന്നപ്പൊ തലച്ചോറിലേക്ക് മിന്നൽ പാഞ്ഞുപോയി. പിന്നെയത് ഒരു വിറയലായി ശരീരമാകെ വ്യാപിച്ച് നിറഞ്ഞു. അവൾ നിക്കുന്നിടത്തേക്ക് ഒരു കൈപ്പാട് അകലമേയുള്ളൂ. മനസ്സിന്റെ നിയന്ത്രണം താറുമാറാകുമെന്നു ഭയന്ന് അയാൾ ഓടി ഉമ്മറത്തെ കസേരയിൽ അഭയം പ്രാപിച്ചു.

"സാറേ കട്ടൻ ചായ ഫ്ളാസ്കിൽ വച്ചിട്ടൊണ്ട്. തിന്നാനൊള്ളത് മേശപ്പുറത്ത് വച്ചിട്ടുണ്ട്. എരിവോ പുളിയോ എന്തേലും കൂടുതലോ കുറവോ ഉണ്ടങ്കീ രമണിയോട് പറഞ്ഞാമതി."

രമണി മുറ്റത്തിറങ്ങി മഴ നിലത്തിട്ട മാമ്പഴങ്ങളും മാവിന്റെ ചുള്ളികളും പെറുക്കിമാറ്റാൻ തുടങ്ങി. പ്രശോഭിന്റെ കണ്ണുകൾ അവളെ സസൂക്ഷ്മം അനുധാവനം ചെയ്തു. രമണിയുടെ താളാത്മകമായ

ചലനങ്ങൾ, കൂർപ്പിച്ചുള്ള നോട്ടം, അറിയാതെയെന്നോണം സ്ഥാനം തെറ്റി പറക്കുന്ന മേൽമുണ്ട് - പ്രശോഭിന്റെ കസേര എരിതീ പോലെ പൊള്ളി. സ്ത്രീകളോട് ഇടപെടുന്നതിൽ അമ്പേ പരാജയമാണെന്ന് അയാൾ സ്വയം വിശ്വസിച്ചിരുന്നു. തോറ്റ് പിന്മാറാൻ താൻ തയ്യാറല്ലെന്ന് പ്രശോഭ് സ്വയം പറഞ്ഞുറപ്പിച്ചു. കസേര ഉടൻ പറഞ്ഞു: ഇങ്ങനെ കുത്തിപ്പിടിച്ച് ഇരുന്നാ കാര്യം നടക്കുവോ? എഴുന്നേറ്റ് അവളുടെ അടുത്ത് ചെല്ല് ഹേ. അവൾക്ക് മനസ്സിലാകുന്ന രീതീല് എന്തേലും വർത്തമാനം പറയ്.

രമണി മുറ്റം തൂക്കാൻ തുടങ്ങിയപ്പോൾ അയാൾ കിണറ്റിന്റെ ഉയര ക്കെട്ടിൽ കയറി ഇരിപ്പിടമുറപ്പിച്ചു.

"രമണി പൊട്ടിയമ്മേടെ ബന്ധുവാ?"

വെടിപ്പായ മുറ്റത്തെ ഒരറ്റത്തുനിന്ന് വീക്ഷിച്ച് സംതൃപ്തിയട ഞ്ഞശേഷം, അവൾ കിണറ്റിന്റെ താഴത്തെ തിട്ടയിൽ വന്നിരുന്നു. രമണി വിയർപ്പുമണികളെ തോർത്തുകൊണ്ട് അരുമയോടെ ഒപ്പിയെടുത്തു.

"ഏയ്... ഞങ്ങള് രണ്ട് ജാതിയാ. എന്റെ വീടും പൊട്ടിയമ്മേടെ വീടും അടുത്തടുത്താ. ഒരു വീട്ട്കാരെപ്പോലെയാ പത്ത്മുപ്പത് വർഷാ യിറ്റ്. ഞാൻ ജോലിക്ക് പോണ ദെവസം, സ്കൂള് വിട്ട് വന്നാ മോള് നിക്ക ണത് പൊട്ടിയമ്മേടെ വീട്ടിലാ."

"രമണി എന്ത് ജോലിക്ക് പോവും?"

"കൊറേനാള് മേശിരിയോടൊപ്പം വാർക്കപ്പണിക്ക് കൈയാളായിറ്റ് പോവായിരുന്ന്. ഇപ്പൊ അയാള് വിളിക്കത്തില്ല."

"അതെന്ത്?"

"അയാക്കേ വേറെ ഉന്നങ്ങളാ. എന്റെ വീട്ടിന്റെ മുമ്പേല് സന്ധ്യ കഴിഞ്ഞാ ഓരോ ചുറ്റിത്തിരിയല്. അസുകം എനിക്ക് പിടികിട്ടി. ഇനി യിവിടെ കണ്ടാ കൈവെട്ടിയെടുക്കൂന്ന് പറഞ്ഞ് വെട്ടുകത്തീം കൊണ്ട് ഞാൻ വെളീച്ചാടി. മേശിരി പോയ വഴിക്ക് പുല്ല് കുരുത്തിട്ടില്ല."

"യഥാർത്ഥത്തീ കൈവെട്ടുവാരുന്നോ?"

"ആൺതൊണയില്ലാതെ കഴിയണതല്ലേ സാറേ."

"ഭർത്താവോ?"

"അത് ഒള്ളതും ഇല്ലാത്തതും കണക്കാണ്. വയനാട്ടിലൊരു തോട്ടത്തിലാ പണി. വർഷത്തിലൊരിക്കലോ രണ്ട് വട്ടമോ വരും. അവിടെ വേറെ ഭാര്യേം മക്കളൂക്കെ ഒണ്ടന്നാണ് അവിടന്ന് വന്ന ഒരാള് പറഞ്ഞത്. ഞാൻ ചോതിക്കാൻ പോയിറ്റില്ല. നമുക്ക് നമ്മുടെ പാട്."

"അപ്പൊ രമണീടെ കാര്യം കഷ്ടം തന്നെ."

"അസുഖങ്ങളൊന്നും വന്ന് കെടക്കാതിരുന്നാ, ജീവിച്ച് പോവും സാറേ. ആടും കോഴീം ഒണ്ട്. ചെലപ്പൊ ലക്ഷ്മണൻ ചേട്ടൻ ജോലിക്ക് വിളിക്കും. നല്ല തങ്കപ്പെട്ട മനുഷ്യനാ അങ്ങേര്."

രമണി പൈപ്പ് തുറന്ന് മുഖവും കൈയും വൃത്തിയാക്കി. വായിൽ

വെള്ളമെടുത്ത് കുലുക്കിത്തുപ്പി.

"സത്യത്തീ എഴുതണ ആളാണ് ഇവിടത്താമസിക്കണതെന്നറിഞ്ഞപ്പോ വരാൻ പേടിയാരുന്ന്. മിണ്ടാട്ടമൊന്നുമില്ലാത്ത ആളായിരിക്കൂന്നാ വിചാരിച്ചത്. സാറ് സാധാരണ മനുഷ്യരെപ്പോലെയല്ലേ വർത്തമാനം പറയണത്. ഞാൻ ആദ്യമായിറ്റാണ് എഴുതുന്ന ആളെ കാണണത്." രമണി ആരാധനാപൂർവ്വം അയാളെ നോക്കി. രമണിയുടെ ചുരുണ്ട മുടിയിലൊന്ന് കൂട്ടത്തിൽനിന്നും തെന്നിമാറി നെറ്റിയിൽ കിടന്ന് ഊഞ്ഞാലാടി. കാന്തത്തിന് വശപ്പെട്ട മൊട്ടുസൂചിയെപ്പോലെ അണുകിട അകലവ്യത്യാസം വന്നാൽ, രമണി തന്റെ കരവലയത്തിലായിപ്പോകുമെന്ന് പ്രശോഭ് ഭയന്നു. പാറപോലെ ഉറച്ച് അയാൾ കിണറ്റിന്റെ കൈവരിയിലിരുന്നു.

"ആരുടെ കഥേണ് സാറ് എഴുതണത്?"

"അങ്ങ് റഷ്യയില് നടക്കണ കഥയാണ്."

"അമ്മോ. അതെന്താ സാറേ, ഇവിടുത്തെ ആരുടേം കഥ കിട്ടാഞ്ഞിട്ടാണാ. സാറിന് വേണേ എന്റെ കഥയെഴുതിക്കൂടേ? പത്താം വയസ്സില് അപ്പന്റേം അമ്മേടേം മുത്തശ്ശീടേം കൂടെ ഇന്നാട്ടില് വന്നതാണ്, റബ്ബറ് എസ്റ്റേറ്റിലെ പണിക്ക്. ഇന്നാട്ടില് ഞങ്ങക്ക് ബന്ധുക്കളൊന്നും ഇല്ല. അപ്പന്റേം അമ്മേടേം ബന്ധുക്കളൊക്കെ എവിടാ, എന്താ എന്നൊന്നും എനിക്കറിയത്തൂല്ല, അവരാരും അപ്പനും അമ്മേം ചത്തപ്പക്കൂടി വന്നിട്ടൂല്ല. റബ്ബറ് മരം മുറിച്ചപ്പൊ പണീം പോയി. ഇനീപ്പൊ ഏഴെട്ട് കൊല്ലം വേണം, ഇതൊക്കെ വളർന്നുവരാൻ. അപ്പഴിനി ആരാ എന്താന്നൊക്കെ ആർക്കറിയാം!"

"അയ്യോ! രമണി ഞാൻ വിചാരിച്ച ആളേ അല്ല."

"കളിയാക്കാതെ സാറേ. ഓരോന്ന് എഴുതി ഉണ്ടാക്കുന്നവരോടാണ് ഞാനീ വേണ്ടാത്ത വർത്തമാനം പറഞ്ഞ് ആളാകാൻ നോക്കണത്. ഇതെഴുതിക്കഴീംവരെ സാറിവിടെ കാണോ?"

"ഉവ്വ്"

"അതുവരെ സാറിന്റെ ഭാര്യേം മക്കളൂക്കെ ഒറ്റയ്ക്ക് നിക്കോ? അതോ എടയ്ക്ക് കാണാൻ പോവോ?"

അയാൾ ഉത്തരത്തിന്റെ വക്കത്ത് തപ്പിത്തടഞ്ഞു.

"തെറ്റാണങ്കീ ക്ഷമിച്ചേര്. സാറും ഭാര്യേം പെണക്കത്തിലാണ്. ശരിയാണാ?"

പ്രശോഭ് തലയാട്ടി. അയാളുടെ തല അറിയാതെ താണുപോയി.

"ഞാൻ മൊകലക്ഷണം പറയും. നേരെയൊന്നും അറിയത്തില്ല. മുത്തശ്ശീടേന്ന് പഠിച്ചതാണ്. ഭാര്യക്ക് ജോലിയൊണ്ടോ സാറേ?"

"ഇല്ല. എന്റെ കൂടെ ഇറങ്ങിത്തിരിച്ചത് കാരണമാണ് അവളുടെ ഭാവി തൊലഞ്ഞതെന്നാണ് അവള് പറയണത്. കോളേജ് അദ്ധ്യാപികയാകണ

മെന്നായിരുന്നു ആഗ്രഹം പോൽ."

"സാറിനെപ്പോലെ വെവരോള്ളോർ ഇങ്ങനെ ചെയ്യുവോ? ആ പെങ്കൊച്ചിന്റെ ഭാഗത്തായിരിക്കും തെറ്റ്. എങ്കിലും, സാറിനതങ്ങ് ക്ഷമിച്ചൂടേ?"

"ആവതും ശ്രമിച്ചതാ രമണീ. സ്വസ്ഥത തരണ്ടേ. പിള്ളാർക്ക് പരീക്ഷയാണ്, അവർക്ക് വല്ലതും പറഞ്ഞുകൊടുക്ക്, ബന്ധുവിന്റെ കല്യാണമാണ്; തലേന്നേ പോണം, ഗ്യാസ് തീർന്നു, വെള്ളത്തിന്റെ ബില്ലടച്ചില്ല, അവളെ പഴേപോലെ നോക്കണില്ല - ഇങ്ങനെ നൂറ് കൂട്ടം കാര്യങ്ങള് പറയും. ഞാനൊരു എഴുത്തുകാരനാണെന്ന ബഹുമാനം വേണ്ടന്നുവയ്ക്കാം; പരിഗണന തരണ്ടേ? ഇതിന്റെ പുറകേ നടന്നാപ്പിന്നെ എനിക്കെഴുതണ്ടേ? എഴുത്തുകാരന്റെ അസ്തിത്വം നിലനില്ക്കണമെങ്കീ എഴുതാതെ പറ്റുമോ?"

"സാറ് പറഞ്ഞ പലതും മനസ്സിലാക്കാനൊള്ള കഴിവൊന്നും എനിക്കില്ല. എല്ലാ പെണ്ണുങ്ങളും ഇങ്ങനേക്കെ പറയുന്ന കാര്യം എനിക്കറിയാം. പക്ഷേ, മറ്റൊരു കാര്യോണ്ട്. കുടുംബോം കുട്ടികളുമുള്ള എഴുത്തുകാരൻ സാറ് മാത്രോല്ലല്ലോ. ഇതിനെടേല് അവരും എഴുതണില്ലേ?"

"സമ്മതിച്ചു. ഞാനീ കഷ്ടപ്പെട്ടെഴുതുന്നത് നല്ലതെന്ന് പറയണ്ട, പൊട്ടയാണന്ന് പറയാതിരിക്കാമല്ലോ? അവൾ പണ്ട് കവിതയെഴുതുമായിരുന്നു. ഇപ്പൊ അതൊക്കെ നിന്നു. അതിന്റെ ചൊറിച്ചിലാണ്."

"അവരങ്ങനെ പറയുവോ? എങ്കീ സാറ് സംശയിക്കേ വേണ്ട, അത് സത്യായിരിക്കും. ഒരിക്കലും അല്ലാതെ ഒരു പെണ്ണും മനഃപൂർവ്വം ഭർത്താവിനെ താഴ്ത്തി പറയത്തില്ല."

അയാൾ കിണറ്റിന്റെ കൈവരിയിൽനിന്ന് ഒരാന്തലോടെ ചാടിയിറങ്ങിയത് രമണി കണ്ടു. മുഖത്തെ പൂർവ്വസ്ഥിതിയിലാക്കാൻ പ്രശോഭിന് പാടുപെടേണ്ടി വന്നു. രമണിയോടു സംസാരിക്കാൻ ഇറങ്ങിപ്പുറപ്പെട്ട നിമിഷത്തെ അയാൾ പ്രാകിക്കൊന്നു.

"സാറ് ഞാൻ പറഞ്ഞത് കാര്യാക്കല്ലേ. അന്തോം കുന്തോമില്ലാത്തോളാണ് ഞാനെന്ന് പൊട്ടിയമ്മ എപ്പഴും പറയും."

രമണി എഴുന്നേറ്റു പെറുക്കിക്കൂട്ടിയ മാമ്പഴങ്ങൾ കവറിലാക്കി. "ആടുകള് കെടന്ന് നെലവിളിയായിരിക്കും. ചെന്നിറ്റ്വേണം അതിനൊക്കെ വെള്ളം കൊടുക്കാൻ."

"മാമ്പഴം ആട്ടിനാ?"

"എന്റെ മോക്കാ - മാമ്പഴോന്ന് പറഞ്ഞാ അവള് ചാവും."

"രമണിക്ക് കുട്ടീണ്ടന്ന് വിചാരിച്ചേ ഇല്ല."

രമണിയുടെ നുണക്കുഴികൾ തടാകം പോലെ തെളിഞ്ഞു വന്നു. "ഇങ്ങനേക്കെ കേക്കുമ്പം നാണം വരും." അവൾ തലതാഴ്ത്തി ഒളികണ്ണിട്ട് ഒരു ചിരിചിരിച്ചു. പ്രശോഭിന്റെ ഉള്ളിലൂടെ വിറയലിന്റെ ബാക്കി കൊള്ളിയാൻ പാഞ്ഞു.

"ഉച്ചയ്ക്ക് മോളേല് ചോറും കറീം കൊടുത്ത് വിടാം. എന്താവശ്യ

മുണ്ടേലും സാറ് ദേ.... ഈ കാണുന്ന വഴിയിലൂടങ്ങ് പോന്നാമതി. നേരെ എന്റെ വീട്ടിന്റെ മുമ്പിലെത്തും." അയാൾ അവിടെനിന്ന് രമണീടെ വീടിനെ കാണാൻ ശ്രമിച്ചു. "ഇവിട നിന്നാ കാണാൻ പറ്റൂല. നല്ല താഴ്ച്ചേലാ."

രാവിലത്തെ ഭക്ഷണത്തിനുശേഷമുള്ള എഴുത്തിന് കുറുകേ രമണി വട്ടംപിടിച്ച് നിന്നു. മിഹൽക്കോവും രമണിയുമായുള്ള മൽപ്പിടുത്തത്തിനൊടുവിൽ മിഹൽക്കോവ് എത്ര ദുർബ്ബലനായ മനുഷ്യനാണെന്ന് അയാൾക്ക് ബോദ്ധ്യമായി. പ്രശോഭ് എഴുന്നേറ്റ് കിണറ്റിൻകരയിലേക്ക് നടന്നു. രമണിയുടെ വീട്ടിലേക്ക് നീളുന്ന വഴി അയാളുടെ കാലിനെ സർപ്പംപോലെ ചുറ്റിവരിഞ്ഞു. സൂക്ഷിച്ച് നടക്കേണ്ട വഴിയാണ്. നടപ്പാതയ്ക്ക് താഴെ താഴ്ചയാണ്. ചാലുകളും ഉയർച്ചകളും കാട്ടി ഊടുവഴി അയാളെ വെല്ലുവിളിച്ചു. പാതയോട് ചേർന്നുള്ള കൈതക്കാട് വിട്ടുള്ള കറുത്ത പാറക്കൂട്ടത്തിൽ കയറി നിന്നപ്പോൾ രമണിയുടെ ഓലമേഞ്ഞ വീട് കണ്ടു. മുറ്റത്ത് ആട്ടിൻകുട്ടികൾ ഓടിക്കളിക്കുന്നത് കുറേനേരം നോക്കിനിന്നു. രമണിയെ പുറത്തു കണ്ടില്ല. കൈതക്കൂട്ടത്തിന് താഴെക്കൂടി ഒഴുകുന്ന തോട്ടിലിറങ്ങിയപ്പോൾ ഉച്ചിവരെ തണുത്തു.

തിരിച്ച് കയറ്റം കയറുമ്പോൾ അയാൾ ഓർത്തു. രാവിലെ ലക്ഷ്മണന്റെ വീട്ടിൽനിന്ന് മടങ്ങിയപ്പോൾ പരീക്ഷിച്ചത് ഇതിനേക്കാൾ എത്രയോ ചെറിയ ചരിവാണ്. ഇപ്പോൾ പക്ഷേ, തെല്ലും ക്ഷീണം തോന്നുന്നില്ലല്ലോ!

അഞ്ച്

"പ്രൊഫഷണൽ കില്ലർ എന്നൊക്കെ പറയുമ്പോലെ, ഞാനൊരു പ്രൊഫഷണൽ റൈറ്ററാണ്." ഭൂതമടക്കി ഗ്രാമോദ്ധാരണ ഗ്രന്ഥശാലയുടെ ഹാളിൽ തനിക്കഭിമുഖമായിരുന്ന നാല്പത്തിനാല് കണ്ണുകളിൽ നോക്കി പ്രശോഭ് പൂങ്കാവനം പ്രസ്താവിച്ചു. ഹാളിന്റെ രണ്ട് വശത്തുമുള്ള ചില്ലിട്ട അലമാരകളിൽ പുസ്തകങ്ങൾ നിറഞ്ഞിരുന്നു. അതിനിടയിലുള്ള ഇടുങ്ങിയ സ്ഥലത്തായിരുന്നു യോഗത്തിനുള്ള വേദി ഒരുക്കിയിരുന്നത്. ഇരുട്ടുനിറഞ്ഞ ലൈബ്രറി ഹാളിനെ രണ്ട് ബൾബുകൾ ശ്രമപ്പെട്ട് പ്രകാശത്തിൽ പൊലിപ്പിച്ചു നിറുത്തി. ഫാനിന്റെ കറക്കം, ശബ്ദമുഖരിതഭാവം കൈവരിച്ചപ്പോൾ, അത് നിർത്താൻ യോഗാദ്ധ്യക്ഷൻ കെ ആർ അജയനോട് അയാൾ നിർദ്ദേശിച്ചു.

തന്റെ സംസാരത്തിനിടയിൽ ഉയർന്നുവരാവുന്ന ചോദ്യങ്ങൾക്കെല്ലാമുള്ള പഴുതടച്ച മറുപടി ഇതിനിടയിൽ ഉണ്ടാകണമെന്ന് പ്രശോഭ് മുൻകൂട്ടി നിശ്ചയിച്ചിരുന്നു. അതിനുള്ള കുറിപ്പുകൾ തയ്യാറാക്കുന്നതുൾപ്പെടെയുള്ള ജോലികൾക്ക് അയാൾ നോവൽ രചനയ്ക്കിടയിലും

സമയം കണ്ടെത്തി.

"സർഗ്ഗസാഹിത്യത്തിലെ പ്രൊഫഷണലിസം എന്ന കാഴ്ചപ്പാടിനെ പലർക്കും അംഗീകരിക്കാൻ ഇപ്പോഴും മടിയാണ്. താൻ പ്രൊഫഷണലാണെന്നു പറഞ്ഞാൽ എന്തോ കുറച്ചിൽപോലെ. അതിനാൽ എഴുത്തിനെപ്പറ്റിയുള്ള പഴയകാല ഉദ്ധരണികളെയും സങ്കല്പങ്ങളെയും പിൻപറ്റിയാണ് ഇപ്പോഴും നമ്മുടെ സഞ്ചാരങ്ങൾ. ഞാനൊരു വിഷയത്തെ നോവലാക്കാൻ തീരുമാനിച്ചാൽ, എഴുത്തിനായി ധാരാളം മുന്നൊരുക്കങ്ങൾ നടത്താറുണ്ട്. പ്രസ്തുത വിഷയത്തെക്കുറിച്ച് കിട്ടാവുന്ന വിവരങ്ങളൊക്കെ ശേഖരിക്കും. എന്നെ സംബന്ധിച്ച് എഴുത്തിനൊപ്പം പ്രധാനം തന്നെയാണിവയും. ഇന്റർനെറ്റിലും വിദേശപുസ്തകങ്ങളിലുമൊക്കയേ നമുക്കാവശ്യമുള്ള കാര്യങ്ങൾ പലപ്പോഴും ലഭിക്കുകയുള്ളൂ.

പാകിസ്ഥാനിലെ ഭീകരപ്രസ്ഥാനങ്ങളെ മുൻനിർത്തി ഞാനെഴുതിയ 'വിഭജനം' എന്ന നോവൽ മൂന്നുവർഷത്തെ അത്യദ്ധ്വാനത്തിന്റെ സന്തതിയാണ്. ഇതിൽ എഴുത്തിനായി വേണ്ടിവന്നത് കേവലം രണ്ടുമാസം മാത്രമാണ്. വിശ്വസനീയമായ രേഖകൾ സമ്പാദിച്ചെടുക്കുക എന്ന സപര്യക്കായാണ് ബാക്കി വർഷങ്ങൾ ഞാൻ ഹോമിച്ചത്. ഇന്ത്യാവിഭജനം മുതലുള്ള വലിയൊരു ചരിത്രകാലഘട്ടം നോവലിൽ പതിഞ്ഞുകിടപ്പുണ്ട്. ഓരോ നോവൽ പൂർത്തിയാകുമ്പോഴും വിനയപൂർവ്വം പറയട്ടെ, എന്റെ എഴുത്തുമുറി വലിയൊരു പുസ്തകശാലപോലെ ആയിത്തീരും. ഹിന്ദിയിലേക്കും ഉറുദുവിലേക്കും 'വിഭജനം' വൈകാതെ മൊഴിമാറ്റം ചെയ്യപ്പെടും. പാകിസ്ഥാനിലെ ഭീകരപ്രസ്ഥാനത്തെ ഇത്ര വിശദമായി കൈകാര്യം ചെയ്യുന്ന മറ്റൊരു കൃതിയും മലയാളത്തിലെന്നല്ല, ഇന്ത്യയിലൊരു ഭാഷയിലും ഇന്നേവരെ ഉണ്ടായിട്ടില്ല.

ഇത്രയും ത്യാഗനിർഭരമായ പ്രക്രിയയിലൂടെ സൃഷ്ടിച്ചെടുക്കുന്ന എന്റെ കൃതികളോട് മലയാളത്തിലെ നിരൂപകവൃന്ദം കാണിച്ചുകൊണ്ടിരിക്കുന്ന അസ്പൃശ്യത എന്നെ വേദനിപ്പിച്ചിരുന്നു; ഒരു കാലത്ത്. മലയാളത്തിലെ നോവലുകളുടെയോ നോവലിസ്റ്റുകളുടെയോ കണക്കെടുപ്പിൽ ഈ പാവം പ്രശോഭ് പൂങ്കാവനം ഒരിക്കൽപ്പോലും എണ്ണപ്പെട്ടിട്ടില്ല. നാലാംകിട പൈങ്കിളി നോവലിസ്റ്റുകൾക്കുപോലും മാന്യമായ ഇരിപ്പിടം ലഭിക്കുന്നിടത്താണിത് എന്നോർക്കണം. ഇക്കാര്യത്തിൽ ചെറുതും വലുതുമായ നിരൂപകരെല്ലാം ഒറ്റക്കെട്ടാണ്. ഇതിനുള്ള കാരണം വളരെ ലളിതമാണ്: എന്റെ നോവലുകളെയും അതിലവതരിപ്പിക്കുന്ന ദാർശനിക കാഴ്ചപ്പാടുകളെയും ഇഴപിരിച്ച് കാണിക്കാനോ, ഉൾക്കൊള്ളാനോ തക്ക മാനസിക വളർച്ച മലയാളത്തിലെ ഒരു നിരൂപകനും കൈവരിച്ചിട്ടില്ല. സുഹൃത്തുക്കളേ, അതിനാൽ മുൻപറഞ്ഞ വേദന, അവരുടെ അറിവില്ലായ്മയായി കണ്ട് പൊറുക്കുന്നു.

എന്റെ രണ്ടാമത്തെ നോവൽ 'ആകാശക്കാഴ്ച' അമേരിക്കയിലെ

ഇന്ത്യൻ വംശജരുടെ ജീവിതം പ്രമേയമായതാണ്. അമേരിക്കയിലേക്കുള്ള ഇന്ത്യക്കാരുടെ ആദ്യ കുടിയേറ്റകാലം മുതൽ, അവർ അനുഭവിക്കുന്ന രണ്ട് വിഭിന്ന സംസ്കാരങ്ങൾ തമ്മിലുള്ള അദൃശ്യ പോരാട്ടത്തിലാണ് നോവൽ നിലയുറപ്പിക്കുന്നത്. പുസ്തകത്തിന്റെ പ്രമുക്തികർമ്മം നിർവ്വഹിച്ചത് മലയാളത്തിലെ പ്രശസ്തനായ നിരൂപകനായിരുന്നു. അദ്ദേഹം മരിച്ചുപോയതിനാൽ ഞാൻ പേര് പറയാനാഗ്രഹിക്കുന്നില്ല. ചന്തുമേനോനിലും സി വി യിലും തകഴിയിലുമൊക്കെ ഒന്നൊന്നരമണിക്കൂർ അഭിരമിച്ച ആ നീചൻ എന്റെ നോവലിനെപ്പറ്റി ഒരൊറ്റ വരി പറയാതെ നിഷ്ക്രമിച്ചു കളഞ്ഞു. പിന്നീടയാൾ രഹസ്യമായി സമ്മതിച്ചു - പ്രശോഭ് താങ്കളുടെ നോവലിന്റെ പൂട്ടുകൾ പൊളിച്ച് അകത്തുകടക്കാൻ എനിക്ക് ആയിട്ടില്ല. അദ്ദേഹത്തോട് എനിക്ക് മതിപ്പുതോന്നി. അദ്ദേഹം സത്യം പറഞ്ഞല്ലോ. കേട്ടുകൊണ്ടിരിക്കുന്ന നിങ്ങൾക്ക് എന്റെ വാക്കുകളിൽ അസൂയയും അസഹിഷ്ണുതയും ചുവച്ചേക്കും. അതിനാലാണ് ഞാനീ സംഭവം കൂടി അനുബന്ധമായി പറഞ്ഞത്. എന്റെ ഒരു പുസ്തകത്തിനും പിന്നീട് പ്രകാശനച്ചടങ്ങ് ഉണ്ടായിട്ടില്ല. അമേരിക്കയിൽ സെപ്തംബർ 11 ന് നടന്ന ഭീകരാക്രമണം പ്രവചിച്ച നോവലാണ് എന്റെ *ആകാശക്കാഴ്ച.*

സദസ്യർ തന്റെ പ്രഭാഷണത്തെ സാകൂതം വീക്ഷിക്കുന്നു എന്നത് അയാളെ ആഹ്ലാദചിത്തനാക്കി. പ്രശോഭൻ തൊണ്ടകനച്ച്, സംഭാഷണം തുടരുന്നു:

"എന്തുകൊണ്ട് എന്റെ അനുഭവങ്ങളെ മുൻനിർത്തി, കേരളീയ പശ്ചാത്തലത്തിലുള്ള നോവൽ എഴുതുന്നില്ല? സ്വാഭാവികമായും നിങ്ങൾക്ക് ഓരോരുത്തർക്കും ഉണ്ടാകാവുന്ന സംശയമാണ്. കേരളീയ പശ്ചാത്തലത്തിൽ ഒരെഴുത്തുകാരനും വിശ്വസാഹിത്യം രചിക്കാനാകില്ല. തകഴിക്കും ബഷീറിനും എം ടിക്കും വിശ്വസാഹിത്യത്തിൽ ഇടം ലഭിക്കാത്തതിന് മറ്റ് കാരണങ്ങളൊന്നും അന്വേഷിച്ച് മെനക്കെടേണ്ട കാര്യമില്ല. വിശ്വസാഹിത്യം രചിക്കുന്നതിന് പ്രാപ്തി നേടുന്നതിനു തക്കതായ വിശാലമായ ഒരു പ്രതിസന്ധികളിലൂടെയും മലയാളി കടന്നുപോയിട്ടില്ല. യുദ്ധത്തിന്റെ തീക്ഷ്ണത, പ്രകൃതി ദുരന്തങ്ങളുടെ ഭീകരത, കൊടിയ പകർച്ചവ്യാധികളുടെ നേർസാക്ഷ്യങ്ങൾ-ഇതൊന്നും പരിചയിച്ച സമൂഹമല്ല നമ്മളുടേത്. അതിനാൽത്തന്നെ എഴുത്തിന്റെ വ്യാപ്തി വല്ലാതെ ചുരുങ്ങിപ്പോകും. എന്റെ എഴുത്തിനെ മറ്റ് വൻകരകളിൽ കാലുറപ്പിച്ച് നിർത്തുന്നത് അതിനാൽ മാത്രമാണ്. എഴുത്തുകാരന് ഒരു രാജ്യവും, ഒരു ജനതയും അന്യമല്ല.

അപ്രതീക്ഷിതമായുണ്ടായ മിന്നൽ വെളിച്ചത്തിൽ വൈദ്യുതി നിലച്ചു. മുറിയിലാകെ ഇരുട്ടുവന്ന് നിറഞ്ഞു. അജയൻ മേശയ്ക്കകത്തു നിന്നും മെഴുകുതിരികൾ തപ്പിയെടുത്ത് മേശപ്പുറത്തും സദസ്യരിരിക്കുന്ന

ബെഞ്ചുകളിലും സ്ഥാപിച്ചുകഴിഞ്ഞപ്പോഴേക്കും, കളിയാക്കിച്ചിരിച്ചു കൊണ്ട് ബൾബുകൾ കൺതുറന്നു.

എന്റെ പുതിയ നോവലിനെക്കുറിച്ചുകൂടി ഏതാനും വാക്കുകൾ പറഞ്ഞ് ഞാൻ അവസാനിപ്പിക്കാം. *സൈബീരിയ* എന്നാണ് നോവലിന്റെ പേര്. റഷ്യൻ ജീവിതത്തിന്റെ നേർപരിച്ഛേദമായിരിക്കും ഈ കൃതി. സാർ ചക്രവർത്തിമാരുടെ ഭരണം, ഉന്മാദിയായ റാസ്പുട്ടിൻ, 1905 ലെയും 1917 ലെയും റഷ്യൻ വിപ്ലവങ്ങൾ, ആഭ്യന്തരയുദ്ധം, ലെനിൻ, സ്റ്റാലിൻ, ഗോർബചേവ് തുടങ്ങിയ ഭരണാധികാരികളുടെ പരിഷ്കാരങ്ങൾ, റഷ്യയിലെ ഇന്നത്തെ മുതലാളിത്തവല്ക്കരണത്തിന്റെ സ്വാധീനം അവിടത്തെ ജനങ്ങളിലുണ്ടാക്കിയ മാറ്റങ്ങൾ, റഷ്യൻ ഓർത്തഡോക്സ് സഭ എന്നിവയെല്ലാം നോവലിന്റെ കഥാംശത്തോട് ചേർന്നുനില്ക്കും.

ഒന്നുകൂടി പറഞ്ഞുകൊള്ളട്ടെ, എന്റെ കൃതികളെ ഇൻഫർമേറ്റീവ് നോവലുകൾ എന്ന ഗണത്തിൽ - അങ്ങനെയൊരു വിഭജനം നിലവിലുണ്ടോ എന്നു തന്നെ അറിയില്ല - പെടുത്തിയാൽ ഞാൻ സന്തുഷ്ടനാകും. ഇപ്പൊപ്പറഞ്ഞ 'സൈബീരിയ'യിൽ മുഖമാഴ്ത്തുന്ന ഒരാൾക്ക് റഷ്യയുടെ ചരിത്രം ഒരു ചരിത്രപുസ്തകത്തിന്റെ ഗഹനതയോടെ, റഷ്യൻ സമൂഹത്തിന്റെ വികാസപരിണാമം ഒരു സാമൂഹിക ശാസ്ത്രഗ്രന്ഥം നല്കുന്നതിനേക്കാൾ, റഷ്യയിലെ കാലാവസ്ഥ, പക്ഷിമൃഗാദികൾ, സസ്യലതാദികൾ തുടങ്ങിയവ ഒരു ശാസ്ത്രപുസ്തകത്തിന്റെ അവധാനതയോടെ വായിച്ചെടുക്കാൻ കഴിയും.

വ്യക്തിസ്മരണകളോ അനുഭവങ്ങളോ പഴമ്പുരാണമോ ഒന്നും എന്റെ ഒരു കൃതിക്കും ഉപദാനമാകരുതെന്ന് ആഗ്രഹിക്കുന്ന ആളാണ് ഞാൻ. കുറച്ച് ഓർമ്മകളും അതിനോട് ചേർത്തു വയ്ക്കാനൊരു പൊട്ടക്കഥയുമുണ്ടെങ്കിൽ നോവലായി എന്ന് ധരിക്കുന്ന എഴുത്തുകാരാണ് മലയാളത്തിലധികവും. അത്തരമൊരു സമ്പ്രദായത്തെ പിൻപറ്റാൻ ഞാനെന്റെ മോശം കാലത്തുപോലും ശ്രമിക്കില്ല. അതിനാൽത്തന്നെ ഞാൻ മലയാള പുസ്തകങ്ങൾ വായിക്കാറില്ല. ഭാവനാദാരിദ്ര്യത്തിന്റെ പൊട്ടക്കുളമാണവിടം.

അധികം ദീർഘിപ്പിക്കുന്നില്ല. നിരൂപക പിണിയാളന്മാരും വായനക്കാരുടെ സമൂഹവും ഇന്നെന്നെ അവഗണിച്ചേക്കാം. പക്ഷേ, നാളെ എന്റെ എഴുത്തിന് മാന്യമായൊരു ഇരിപ്പിടം ലഭിക്കുമെന്നും തന്നെയാണ് എന്റെ പ്രതീക്ഷ."

പ്രശോഭ് ഇരിപ്പിടത്തിൽ അമരുമ്പോൾ വിയർപ്പിന്റെ പൊടിപ്പുകൾ നടുവിലൂടെ ചാലിട്ടൊഴുകുന്നുണ്ടെന്ന് മനസ്സിലായി. അയാൾ ഷർട്ട് മുന്നോട്ട് വലിച്ച്, നെഞ്ചിലേക്ക് വലിച്ചൂതി.

കൈയടി അവസാനിച്ചപ്പോൾ അദ്ധ്യക്ഷൻ കെ ആർ അജയൻ സംസാരിക്കാനായി എഴുന്നേറ്റു. വിശിഷ്ടാതിഥിക്ക് അരങ്ങൊഴിഞ്ഞു

കൊടുത്ത് അദ്ധ്യക്ഷൻ തന്റെ കർമ്മത്തെ പിന്നിലേക്ക് പറിച്ചു നട്ടതായിരുന്നു. *പലസ്തീൻ-കണ്ണീരിന്റെ ഉപ്പ്* എന്ന നോവലിന്റെ ഉള്ളറകളിലൂടെ കടന്നുപോയ, പത്തുമിനിട്ട് ദൈർഘ്യമുള്ള പ്രസംഗമായിരുന്നു അത്. പലസ്തീൻ-ഇസ്രയേൽ പ്രശ്നത്തിന്റെ ചരിത്രം എന്നതുപോലെ തന്നെ, പലസ്തീനിലെ ജനങ്ങളുടെ വർത്തമാനാവസ്ഥകളിലേക്കും നൂതനമായ നിരവധി വിവരങ്ങളിലേക്കും ഈ നോവൽ നമ്മെക്കൊണ്ടെത്തിക്കുന്നു എന്നതായിരുന്നു അദ്ധ്യക്ഷപ്രസംഗത്തിന്റെ കാതൽ. നമ്മുടെ നാട്ടിൽവച്ച് രചിക്കുന്ന *സൈബീരിയ* ഗ്രാമോദ്ധാരണഗ്രന്ഥശാലയിൽവച്ച് പ്രകാശനം ചെയ്യാനുള്ള സന്മനസ്സ് നോവലിസ്റ്റ് കാണിക്കണമെന്നും അജയൻ അഭ്യർത്ഥിച്ചു.

യോഗനടപടികൾ അവസാനിച്ചപ്പോൾ രണ്ടുമൂന്നുപേർ അയാളുടെ ചുറ്റും കൂടുകയും സൗഹൃദം പങ്കിടുകയും ചെയ്തു. അവരുടെ പേരുകളൊക്കെ പ്രശോഭിന്റെ ഉള്ളിലേക്ക് കയറിപ്പോകാൻ വിസമ്മതിച്ച് നിന്നു.

പൊതുചടങ്ങുകളോട് ഏറെ നാളായി അവധി പറഞ്ഞിരിക്കുകയായിരുന്നു പ്രശോഭ്. ആർക്കും ഒരു പ്രയോജനവും ഉണ്ടാക്കാത്ത, മറ്റൊന്നും ചെയ്യാനില്ലാത്തവർക്ക് ആത്മരതിയിൽ മുഴുകാൻ പറ്റിയ സന്ദർഭം എന്നാണ് അയാൾ ഇത്തരം ചടങ്ങുകളെ വ്യാഖ്യാനിച്ചിരുന്നത്. ഉള്ളിൽ തിക്കിക്കൂടിനിന്ന കാര്യങ്ങളെ വെടിപ്പായി അവതരിപ്പിക്കാൻ കഴിഞ്ഞതിൽ പ്രശോഭിന് ചാരിതാർത്ഥ്യം തോന്നി. അയാളത് അജയനോട് പറയുകയും ചെയ്തു. ബംഗ്ലാവിലേക്കുള്ള യാത്രയ്ക്കിടയിൽ, അനുഗമിക്കുകയായിരുന്നു അജയനും *ന്യൂസ്* എന്ന ഉച്ചപത്രത്തിന്റെ പ്രാദേശിക ലേഖകനായ രാജേഷ് നായരും.

"ഒരു വായനക്കാരൻ എന്ന നിലയിൽ സാറിന്റെ എല്ലാ വാദഗതികളോടും എനിക്ക് യോജിക്കാൻ കഴിയില്ല." ലൈബ്രറിയിൽ നടന്ന സംസാരത്തിന്റെ അനുബന്ധമായി ഒരു സംവാദത്തിന്റെ മുഖം തുറക്കാനാണ് അജയൻ ശ്രമിക്കുന്നത്.

"എന്തായാലും വായനാസുഖം തരാത്ത കൃതികളുടെ പുറകേ വായനക്കാരൻ പൊയ്ക്കൊള്ളണമെന്നില്ല. ഒരു ചെറുകഥ കുത്തിപ്പിടിച്ചിരുന്ന് വായിച്ചേക്കും, പക്ഷേ, നോവലിന്റെ കാര്യത്തിൽ കഷ്ടി ഒരദ്ധ്യായം വായിച്ചെന്നിരിക്കും. പിന്നെ വേറെ പണിനോക്കും."

തന്റെ കൃതികൾക്കെതിരായുള്ള പരോക്ഷ വിമർശനമാണെന്ന് മനസ്സിലായെങ്കിലും ഇന്നത്തെ പ്രഭാഷണം നല്കിയ സംതൃപ്തിയെ ഹനിക്കാൻ പ്രശോഭ് തയ്യാറായില്ല. അതിനാൽ "എന്തായാലും ഇക്കാര്യങ്ങൾ നമുക്ക് വിശദമായി പിന്നൊരിക്കൽ സംസാരിക്കാം സുഹൃത്തേ" എന്നു പറഞ്ഞ് അയാളതിനെ മുളയിലേ നുള്ളിക്കളഞ്ഞു.

തന്റെ പത്രത്തിന് സാറിന്റെ ചെറിയൊരു അഭിമുഖം വേണമെന്നും ഫോട്ടോഗ്രാഫറെയും കൂട്ടി ബംഗ്ലാവിൽ വരാമെന്നും പിരിയാൻ നേരം രാജേഷ് നായർ പറഞ്ഞു.

ആറ്

പിന്നെയും ഒരാഴ്ചകഴിഞ്ഞാണ് പ്രശോഭിന് ന്യൂബുക്സിൽ കാത്തിരുന്ന പുസ്തകങ്ങളുടെ സമീപമെത്താനായത്. ലൈബ്രറിയിൽ നടന്ന ചർച്ചയുടെ പിറ്റേന്ന് രാവിലെ ബസ് പിടിക്കാൻ തീരുമാനിച്ചതാണ്. കുളിച്ച് ഡ്രസ് മാറിയപ്പോൾ ഉള്ളിലൊരു കിടുകിടുപ്പിന്റെ തുടിപ്പ്. പുലർച്ചെ തണുത്തവെള്ളം പുറത്ത് വീണിട്ടാവുമെന്നു കരുതി. കതക് പൂട്ടാനൊരുങ്ങിയപ്പോൾ തലയിൽ കൂടംകൊണ്ട് അടിച്ചപോലെ വേദന പടർന്നതും കട്ടിലിലേക്ക് ചരിഞ്ഞതും രമണി വന്ന് വിളിച്ചതുമെല്ലാം ഓർമ്മയിലുണ്ട്.

ഭൂതമടക്കിയിലെ ഏക ഡോക്ടർ രതീഷിന്റെ ക്ലിനിക് പനിക്കാർ കീഴടക്കിയിരിക്കയാണ്. ഡോ. രതീഷിന്റെ വീടിന്റെ ഒരു ഭാഗത്താണ് ക്ലിനിക് പ്രവർത്തിച്ചിരുന്നത്. രോഗികളെ കിടത്തി ചികിത്സയുണ്ട്. വളരെ പരിമിതമായ സൗകര്യങ്ങളേ ക്ലിനിക്കിലുള്ളൂ.

പ്രശോഭിന് ഒരു രാത്രി ക്ലിനിക്കിൽ തങ്ങേണ്ടിവന്നു. മൂന്ന് ഇഞ്ചക്ഷനും നാല് ഡ്രിപ്പും കഴിഞ്ഞപ്പോൾ തലയ്ക്കുള്ളിലെ പുകച്ചിൽ വിട്ടുമാറി. ഒരാഴ്ച പുറത്തിറങ്ങരുതെന്ന് ഡോക്ടർ കർശനമായി വിലക്കി. വൈറൽ ഫീവറാണ്. ശരീരം വീക്കാണ്. ധാരാളം വെള്ളം കുടിക്കണം. ശ്രദ്ധിച്ചില്ലെങ്കിൽ പനി വീണ്ടും വരും. ഒരാഴ്ച ആളെ എങ്ങും വിടാത്ത കാര്യം താനേറ്റു എന്ന് ലക്ഷ്മണൻ ഡോക്ടർക്ക് ഉറപ്പുകൊടുത്തു.

രാവിലെ ഒരു കുല കരിക്കും ചുമന്നാണ് രമണി ബംഗ്ലാവിൽ കയറി വന്നത്. ലക്ഷ്മണൻ കൊടുത്തുവിട്ടതാണ്. ഒരു കപ്പിൽ കരിക്കിൻ വെള്ളവും, സ്റ്റീൽപാത്രത്തിൽ ഉപ്പിട്ട കഞ്ഞിവെള്ളവും നിറച്ചു വച്ച് അവൾ സ്വാതന്ത്ര്യത്തോടെ ആജ്ഞാപിച്ചു: “മുഴുവൻവെള്ളവും ഞാൻ ഉച്ചയ്ക്ക് വരുമ്പോഴേക്കും തീർത്തു വച്ചേക്കണം.”

എഴുത്ത് പാടെ സ്തംഭിച്ചു. പനി വിട്ട് വിട്ട് വരുന്നു. കിടക്കയിൽ വിയർത്തു കിടക്കുമ്പോൾ പ്രശോഭ് പലപ്പോഴും സ്വപ്നങ്ങളുടെ മായാലോകത്തിൽ പ്രവേശിച്ചു. സെന്റ് പീറ്റേഴ്സ് ബർഗിൽ അയാൾ എത്തിച്ചേർന്നത് ജനുവരി - ഫെബ്രുവരിയിലെ മരംകോച്ചുന്ന തണുപ്പിലായിരുന്നു. രാത്രിയിൽ നഗരം കാണാനിറങ്ങിയപ്പോൾ ഹോട്ടലിലേക്കുള്ള വഴിമറന്നു. ഹോട്ടലിന്റെ പേരും ഓർത്തെടുക്കാനാകുന്നില്ല. പുലരുംവരെ കിനാവ് അയാളെ പരിക്ഷീണനാക്കി. നോവൽ പൂർത്തിയായതും, റഷ്യയിൽ പരിഭാഷ ഉണ്ടായതുമായ മറ്റൊരു സ്വപ്നക്കാഴ്ച അയാളെ ആവേശഭരിതനാക്കി.

പനിക്കാലം കഴിഞ്ഞപ്പോൾ, പ്രശോഭ് ചുള്ളിക്കമ്പുപോലെ മെലിഞ്ഞു പോയി.

മുറിഞ്ഞുപോയ എഴുത്തിനെ ഒരു യാത്രയുടെ ചരടുകൊണ്ടേ കെട്ടാനാവൂ എന്ന് പ്രശോഭിന് തോന്നി. ന്യൂബുക്സിൽനിന്നും

വിൻസെന്റ് വരുത്തിവച്ച പുസ്തകങ്ങൾ എടുക്കുക എന്ന കർത്തവ്യവും നിർവ്വഹിക്കാനുണ്ട്.

മിഹൽക്കോവിന്റെ സൈബീരിയയിലേക്കുള്ള യാത്രയുടെ ഓരോ ദിവസത്തെയും ഓരോ അദ്ധ്യായമാക്കി മാറ്റാമെന്ന ചിന്ത വന്നുപെട്ടത് ബസിലിരിക്കുമ്പോഴാണ്. എഴുതിക്കഴിഞ്ഞ അദ്ധ്യായങ്ങളിൽ ചെറിയ കൂട്ടിച്ചേർക്കൽ നടത്തേണ്ടി വരുമെന്നേയുള്ളൂ.

"സാറ് പുറത്തുപോയി. ഞാൻ വിളിച്ച് തരാം." ന്യൂ ബുക്സിന്റെ ചില്ലുവാതിൽ തുറന്നപ്പോൾ വിൻസെന്റിന്റെ അസിസ്റ്റന്റ് പറഞ്ഞു. അഞ്ചു മിനിട്ട് വെയിലത്ത് നടന്നപ്പോൾത്തന്നെ ക്ഷീണിച്ചുപോയി. പനിയുടെ പൊടിപടലങ്ങൾ ഇപ്പോഴും ഉള്ളിൽ അടിഞ്ഞുകിടപ്പുണ്ടാവും. ന്യൂബുക്സിന്റെ ശീതികരിച്ച മുറി അയാളെ ആശ്വസിപ്പിച്ചു. പയ്യൻ ഫോൺ വച്ച് നീട്ടി.

"വിൻസെന്റ്, പ്രശോഭാണ്. എവിടെയാ?"

"വിനോദ് പുല്ലമ്പാറയുടെ കഥാസമാഹാരത്തിന്റെ പ്രകാശനം. വൈകിട്ട് പ്രസ് ക്ലബ്ബിൽ. വിനോദിന്റെ ഭാര്യക്ക് സുഖമില്ല. അടിയന്തര മായി അയാൾക്ക് എറണാകുളത്ത് പോകേണ്ടിവന്നു. വിനോദ് ബസില് വരുന്നതേയുള്ളൂ. ഒരുക്കങ്ങളൊന്നും ആയിട്ടില്ല. ഞാനിപ്പൊ ബാനറ് പ്രിന്റ് ചെയ്യുന്നിടത്ത് നിക്കാണ്. പുറകിലത്തെ മുറി പയ്യൻ തുറന്നുതരും. പ്രശോഭ് വിശ്രമിക്ക്."

വിൻസെന്റ് സൗഹൃദത്തിന്റെ പൂന്തോട്ടമാണ്. സാഹിത്യകാരന്മാരും വായനക്കാരും, സാഹിത്യകുതുകികളുമാണ് അയാളുടെ പൂന്തോട്ടത്തിൽ അധികവും. നഗരത്തിൽ നടക്കുന്ന മിക്ക സാഹിത്യപരിപാടികളുടെയും സംഘാടകൻ. വിൻസെന്റിന്റെ പുസ്തകക്കച്ചവടത്തെ ഇതെല്ലാം നന്നായി പരിപോഷിപ്പിച്ചതേയുള്ളൂ. നഗരമദ്ധ്യത്തിൽ ബുക്ക്ഷോപ്പ് പ്രവർത്തിച്ചിരുന്ന ഇരുനിലകെട്ടിടത്തിന്റെ രേഖകൾ വെറും പത്തു വർഷംകൊണ്ടാണ് വിൻസെന്റ് കൈവശപ്പെടുത്തിയത്.

വിൻസെന്റിന്റെ പുസ്തകക്കടയുടെ പുറകിലുള്ള ഈ മുറി ഇങ്ങനെ എല്ലാപേർക്കുമായി തുറക്കപ്പെടാറില്ല. പ്രശോഭിനെക്കൂടാതെ രണ്ടോ മൂന്നോ പേർക്കുകൂടി മാത്രം. തനിക്കെപ്പൊഴും മുന്തിയ പരിഗണന വിൻസെന്റ് തരാറുണ്ടെന്ന് പ്രശോഭിനുതന്നെ തോന്നിയിട്ടുണ്ട്.

ഒരു മാസത്തിലധികമായി ആഴ്ചപ്പതിപ്പുകളും മാസികകളുമൊക്കെ കണ്ടിട്ട്. ചിലത് എടുത്ത് മറിച്ചുനോക്കി. ഒന്നിലും ശ്രദ്ധയൂന്നാൻ കഴിഞ്ഞില്ല. അതിലേതോ ഒന്ന് അയാളെ അഗാധമായ ഉറക്കത്തിലേക്ക് പിടിച്ചടുപ്പിച്ചു. കൈയിൽ പിടിച്ചിരുന്ന വാരിക ഊർന്ന് വീണതൊന്നു മറിയാതെ, കൂർക്കം വലിച്ചുറങ്ങിയ അയാളെ വിളിച്ചുണർത്തിയത് വിൻ

1 *ഇ പി രാജഗോപാലന്റെ 'മൂത്രം പുരണ്ട കഞ്ഞിക്കിണ്ണം' എന്ന ലേഖനത്തോട് കടപ്പാട്.*

സെന്റിന്റെ ഫോണാണ്. സമയം നാലുമണിക്ക് വഴിമാറിയത് അപ്പോഴാണ് അറിവായത്.

"ഒന്നും പറയണ്ട പ്രശോഭേ. വിനോദിന്റെ പുസ്തകം ഇപ്പഴാ കൊറിയറിൽ കിട്ടിയത്. ഞാനിപ്പൊ നേരെ പ്രസ് ക്ലബ്ബിലേക്ക് പോവ്വാണ്. അങ്ങോട്ട് വാ. ഉമാദത്തനാ പ്രകാശനം."

"അയാള് വരുമോ?"

"പുള്ളി ഇന്നലയേ സ്ഥലത്ത് എത്തീട്ടുണ്ട്."

പ്രസ്ക്ലബ്ബിലെത്തുമ്പോൾ, പുസ്തകം പ്രകാശിപ്പിച്ച ശേഷമുള്ള ഉമാദത്തന്റെ പ്രഭാഷണം ആരംഭിച്ചിരുന്നു. നിറയെ ആളുണ്ട്. പരിചയക്കാരിൽ ചിലർ മുൻവശത്ത് സീറ്റ് ഒഴിഞ്ഞുകിടപ്പുണ്ടെന്ന് അറിയിച്ചെങ്കിലും, അയാൾ പിൻനിരയിൽ ഇരിക്കാനാണ് ഇഷ്ടപ്പെട്ടത്. ബാദ്ധ്യത കൂടാതെ എപ്പൊവേണമെങ്കിലും ഇറങ്ങിപ്പോകാൻ ഇവിടിരിക്കുന്നതാണ് സൗകര്യമെന്ന് അനുഭവങ്ങളിലൂടെ അയാൾ പഠിച്ചിരുന്നു. വേദിയിൽ വിനോദ് പുല്ലമ്പാറയെക്കൂടാതെ യുവകഥാകൃത്തുക്കളായ രമണൻ നാരായണനും വിശ്വകാന്തും ബലം പിടിച്ചിരിക്കുന്നു. പുസ്തകം ഏറ്റുവാങ്ങേണ്ടിയിരുന്ന തലമുതിർന്ന സാഹിത്യകാരൻ എത്തിയിട്ടില്ല. വിൻസെന്റ് അപ്പോഴും കാഴ്ചവട്ടത്തിലില്ല.

പട്ടിണിയിലും വിശപ്പിലും ഊന്നിയാണ് ഉമാദത്തന്റെ പ്രസംഗം കടന്നുപൊയ്ക്കൊണ്ടിരുന്നത്. -"ബഷീറിന്റെ 'ജന്മദിനം' വിശപ്പ് എന്ന പ്രമേയത്തെ പ്രധാനമായി കാണുന്ന സാഹിത്യ നിലപാടിന്റെ പ്രകടനപത്രികയായിരുന്നു. കോവിലന്റെ *റ*, എം ടിയുടെ *കർക്കിടകം*, *പിറന്നാളിന്റെ ഓർമ്മ* തുടങ്ങിയ കഥകളിൽ പട്ടിണിയുടെയും അല്പാഹാരത്തിന്റെയും കഥാനകങ്ങൾ വരുന്നുണ്ട്. സാമൂഹികതയുടെ ഈ ധ്വനികൾ പക്ഷേ, അന്നത്തെ വായനക്കാരുടെ വലിയ വൃന്ദം കേട്ടിട്ടുണ്ടാകില്ല. കാരണം അവർ വിശക്കുന്നവരായിരുന്നു.

പട്ടിണി ഇന്നും കേരളീയ യാഥാർത്ഥ്യമാണ്. ആദിവാസിയൂരുകളിൽ, തെരുവോരങ്ങളിൽ, കടലോരങ്ങളിൽ, തകർന്നുകഴിഞ്ഞ പരമ്പരാഗത തൊഴിലാളി മേഖലകളിൽ പട്ടിണിയുണ്ട്. അവയ്ക്ക് പുതിയ കഥാകാരന്മാരെ സാക്ഷികളായി കിട്ടുന്നില്ല എന്നതാണ് സങ്കടകരമായ കാര്യം. പുതുനഗരക്കാഴ്ചകളിൽ തങ്ങുന്നവരായിത്തീരുന്ന കഥാകാരന്മാർ മുഴുക്കേരളീയരല്ല."[1]

ഇത്രയും കേട്ടുകഴിഞ്ഞപ്പോൾ താനിവിടിരുന്ന് അറിയാതെ കൂവിപ്പോകുമെന്ന് പ്രശോഭിന് തോന്നി. മലയാള നിരൂപണരംഗത്ത് വാഴ്ത്തപ്പെടുന്ന താരമാണ് ഉമാദത്തൻ. ഇയാളേത് കാലത്താണ് ജീവിക്കുന്നത്? പട്ടിണിയെപ്പറ്റി കഥയെഴുതണം പോലും. എവിടെയാണ് ഹേ കേരളത്തിൽ പട്ടിണി? ഞാൻ പത്തുപതിനഞ്ച് കൊല്ലമായി എഴുതാൻ തുടങ്ങീട്ട്. കേരളത്തിലങ്ങോളമിങ്ങോളം സഞ്ചരിച്ചിട്ടുണ്ട്. എന്റെ

കൺവെട്ടത്തീ സാധനത്തെ കണ്ടിട്ടില്ല. ഉറക്കെ വിളിച്ചുപറയാൻ തോന്നിയതിനെ നാവിൽത്തന്നെ ചുഴറ്റിവച്ച് അയാൾ പുറത്തേക്കോടി. എഴുത്തുകാരന് അനുഭവങ്ങൾ പോരത്രേ! അനുഭവങ്ങൾ കൊണ്ടല്ലേ ഇവിടെ എഴുതാൻ പോകുന്നത്!

പ്രസ് ക്ലബ്ബിന്റെ സ്റ്റെപ്പിറങ്ങുമ്പോൾ 'കനിവി'ന്റെ പത്രാധിപർ വിനയചന്ദ്രന്റെ എഴുന്നള്ളത്ത്. ഇതിലുംഭേദം അകത്തിരിക്കുകയായിരുന്നു എന്ന് പ്രശോഭിന് തോന്നി. കാണാതെ കഴിഞ്ഞല്ലോ എന്ന് കരുതുമ്പോഴാണ് കുത്തിനുപിടിച്ച വിളി.

"ഇവാൻ ഇല്യച്ച്, എന്താണിത്. നമ്മളെയൊന്നും കണ്ടാലറിയില്ലേ?"

ചൊറിയുന്ന വർത്തമാനമേ അയാളുടെ നാവിൽനിന്നു വരൂ. വിനയചന്ദ്രന്റെ ശബ്ദാർഭാടത്തിൽ ചിലർ കാഴ്ചക്കാരായി ചുറ്റുംകൂടി.

"ഞാൻ കണ്ടില്ലായിരുന്നു."

"നിന്റെ റഷ്യൻ നോവൽ എന്തായി?"

നോവലിന്റെ പതിനഞ്ച് അദ്ധ്യായങ്ങൾ പൂർത്തിയായെന്നും ഇനി കഷ്ടി പത്ത് അദ്ധ്യായങ്ങൾകൂടി ഉണ്ടാകുമെന്നും അയാൾ ധരിപ്പിച്ചു. തന്റെ നാവ് സൗമ്യമായി പ്രതികരിച്ചതിൽ പ്രശോഭിന് ആത്മാഭിമാനം തോന്നി.

"ഉമാദത്തന്റെ പ്രസംഗം തുടങ്ങിയോ?"

"ഉവ്വ്, നടക്കുന്നു. എനിക്കല്പം ധൃതിയുണ്ട്."

ഓരോട്ടോയ്ക്ക് കൈകാണിച്ച്, നേരെ ബാറിലേക്ക് തിരിച്ചു. രണ്ട് പെഗ്ഗടിച്ചു.

വിൻസെന്റിനെ മൊബൈലിൽ കിട്ടുന്നില്ല. ആ ദ്രോഹി എവിടെ?

എന്തൊരു അഹങ്കാരമാണ് ആ നാറി വിനയചന്ദ്രന്. ഉള്ളിൽ കിടന്ന് വിസ്കി പിറുപിറുത്തു. പ്രശോഭിന് രണ്ടുവർഷം ജൂനിയറായി കോളേജിൽ പഠിച്ചവനാണ് വിനയചന്ദ്രൻ. *കനിവി*ന്റെ പത്രാധിപരായതോടെയാണ് സമയം തെളിഞ്ഞത്. നഗരത്തിൽ വന്നാൽ ഒരു സാഹിത്യകാരനും അയാളെ കാണാതെ പോകാൻ ധൈര്യപ്പെടില്ല.

സൈബീരിയ നോവലിന്റെ പ്രസിദ്ധീകരണ സാദ്ധ്യതയെപ്പറ്റി ആദ്യം ചർച്ചചെയ്തത് വിനയചന്ദ്രനോടാണ്.

"അതിന് പ്രശോഭ് റഷ്യേല് പോയിട്ടുണ്ടോ?" എടുത്തടിച്ചപോലെയാണ് അവൻ ചോദിച്ചത്.

"നോവലെഴുതാൻ റഷ്യയിൽ പോണമെന്ന് നിർബ്ബന്ധമുണ്ടോ?"

"പ്രശോഭേ, നിങ്ങളൊരു മലയാളം നോവലെഴുതുമ്പോൾ തരൂ. നമുക്ക് നോക്കാം. ഇതെന്തായാലും *കനിവിന്* വേണ്ട."

വിനയചന്ദ്രനോടുള്ള ദേഷ്യമെല്ലാം വിൻസെന്റിന്റെ മെക്കിട്ട് തീർത്തു. അവനാണല്ലോ വിനയചന്ദ്രനെ കാണാൻ ഉന്തിത്തള്ളി വിട്ടത്. "അങ്ങനെയെങ്കിൽ ആത്മഹത്യയെപ്പറ്റിയും മരണത്തെപ്പറ്റിയും എഴു

താൻ, ഇതെല്ലാം അനുഭവിച്ചിട്ട് വരാൻ പറയില്ലേ അവൻ.”

ബാറിലാകെ അലമ്പായിരുന്നുവെന്ന് വിൻസെന്റ് പറഞ്ഞു. വിനയചന്ദ്രനുമായി കശപിശ ഉണ്ടായി. തല്ലിന്റെ വക്കോളമെത്തി. ഇതൊക്കെ എപ്പോഴാണ് സംഭവിച്ചത്?

രാത്രി വിൻസെന്റിനെ മെനക്കെടുത്തിയതിൽ പകൽ പ്രശോഭ് ക്ഷമ ചോദിച്ചു.

പുസ്തകങ്ങളുമെടുത്ത് ബസ്സ്റ്റാന്റിലെത്തുമ്പോൾ ഭൂതമടക്കി ബസ് പോയിക്കഴിഞ്ഞു. ഇനി ഉച്ചയ്ക്ക് രണ്ടുമണിക്കേയുള്ളൂ. അങ്ങനെയാണ് വീടുവരെ പോകാമെന്ന് തീരുമാനിച്ചത്. തപാലുരുപ്പടികൾ വല്ലതുമൊക്കെ വന്നുകിടപ്പുണ്ടെങ്കിലോ.

പൊടികാരണം വീട്ടിനകത്ത് കയറണോ എന്നൊരു വീണ്ടുവിചാരത്തിൽ, ഒരു മിനിട്ട് അന്തിച്ച്, ഒടുവിൽ മൂക്കുപൊത്തി അകത്തുകടന്നു. പുറത്തുനിന്നും വന്നൊരു കാറ്റിൽ പൊടിയാകെ അടരുകളായി ഉയർന്ന്, അയാളുടെ മൂക്കിനെ കീഴ്പ്പെടുത്തി. പുറത്തേക്ക് ചാടാനൊരുങ്ങുമ്പോഴാണ്, രമ്യയുടെ വസ്ത്രങ്ങളിൽ ചിലത് കണ്ണിൽപ്പെട്ടത്. തുമ്മലിന്റെ അകമ്പടിയോടെ അവയെല്ലാം മുറ്റത്തുകൊണ്ടിട്ട് തീകൊളുത്തിയപ്പോൾ വലിയ ആശ്വാസം തോന്നി. കതക് വലിച്ചടച്ച് വാതിൽ പൂട്ടുമ്പോൾ അയാൾ വിചാരിച്ചു - നോവൽ പൂർത്തിയാക്കി വന്നാലുടൻ വക്കീലിനെ കണ്ട് ഡൈവോഴ്സിന്റെ കാര്യം ഊർജ്ജിതമാക്കണം. അതിനി വച്ച് താമസിപ്പിച്ചിട്ട് എന്തെടുക്കാൻ?

ഏഴ്

മിഹൽക്കോവിന്റെ ഭാര്യ വലന്റീന നയിക്കുന്ന അധമജീവിതത്തിന്റെ ചിത്രമാണ് ഇരുപതാമത്തെ അദ്ധ്യായത്തിൽ പ്രശോഭിന് കാണിക്കേണ്ടത്. അമ്മയെ കാണണമെന്നും സംസാരിക്കണമെന്നും മകൾ പെട്രീഷ്യ മിഹൽക്കോവിനെ ശല്യം ചെയ്യാൻ തുടങ്ങിയിട്ട് നാളേറെ ആയിരുന്നു. പെട്രീഷ്യ വീടിന്റെ മൂലയ്ക്ക് ഒറ്റയ്ക്കിരുന്ന് തേങ്ങുന്നതു കണ്ടപ്പോൾ മിഹൽക്കോവിന് സങ്കടമായി. വലന്റീനയോടുള്ള വിദ്വേഷമെല്ലാം മാറ്റിവച്ച് അയാൾ, അവളെ ഫോണിൽ വിളിച്ചു. വലന്റീന മിഹൽക്കോവിന്റെ ഒച്ച തിരിച്ചറിഞ്ഞില്ല. മാത്രമല്ല, തന്റെ കസ്റ്റമേഴ്സ് ആരോ ആണ് വിളിക്കുന്നതെന്ന് അവൾ തെറ്റിദ്ധരിക്കുകയും ചെയ്തു. മിഹൽക്കോവിന്റെ സപ്തനാഡികളും തളർന്നുപോയി. മകളോട് എന്തു കള്ളം പറയുമെന്നോർത്ത് അയാൾ കുഴങ്ങിപ്പോകുന്നു.

കുറേ ദിവസത്തെ ഇടവേളയ്ക്കുശേഷം, എഴുത്തിൽ ഒഴുക്ക് കൈവരിക്കാൻ കഴിഞ്ഞു എന്ന് പ്രശോഭിന് തോന്നി. രണ്ടാഴ്ചയേ ഇനി ലീവുള്ളൂ. ഏഴ് നെടുങ്കൻ അദ്ധ്യായങ്ങൾ ബാക്കിയുണ്ട്. ആഞ്ഞു പിടി

ച്ചാലേ നോവൽ പൂർത്തിയാക്കാൻ കഴിയൂ. പ്രശോഭിനെ സംബന്ധിച്ച് ആദ്യ എഴുത്താണ് ക്ലേശകരം.

"മിനിക്കുട്ടി ഇങ്ങോട്ട് വന്നോ?"

മുറ്റത്തുനിന്ന് പാവാടക്കാരി ആധികാരികമായി ചോദിച്ചു.

"മിനിക്കുട്ടിയോ? അതാരാ?"

"എന്റെ ആട്ടുങ്കുട്ടി"

"ഞാൻ കണ്ടില്ല."

രമണിയുടെ മകൾ വിശ്വാസം വരാത്തപോലെ അവിടമാകെ പരതി നടന്നു.

"സ്കൂളീപ്പോയില്ലേ നീ?"

"ഇന്നതിന് ഞായറാഴ്ചയല്ലേ"

"അമ്മ എവിടെപ്പോയി?"

"പണിക്ക് പോയി"

വീടിന് ചുറ്റും ഒരു വലത്തുകൂടിവന്ന് വട്ടം വരച്ച്, അതിൽ കെട്ടിയ ചരടുപോലെ അവൾ താഴേക്ക് പറന്നുപോയി.

മെനിഞ്ഞാന്നുമുതൽ പൊട്ടിയമ്മയാണ് ആഹാരവും കൊണ്ടു വരുന്നത്. അസുഖം കഷ്ടപ്പെടുത്തിയതിനെപ്പറ്റി പതിവില്ലാതെ വാചാലയായി. അയാൾക്ക് അതിനോടൊന്നും താല്പര്യം തോന്നിയില്ല. മാത്രമല്ല രമണിയുടെ വരവ് നിലപ്പിച്ചതിൽ, പൊട്ടിയമ്മയോട് അമർഷവും തോന്നി.

രാവിലെയും ഉച്ചയ്ക്കുമായി വച്ച ഭക്ഷണം ഇതുവരെ കഴിച്ചില്ലെന്ന ഒരോർമ്മ വന്നുപെട്ടതോടെ വയറ് അമർഷം പ്രകടിപ്പിച്ചു. പല്ലുപോലും തേച്ചിട്ടില്ല. കുളിമുറിയിലേക്കുള്ള നടത്തത്തിനിടയിൽ, വെളുത്ത രൂപത്തിലുള്ള എന്തിനെയോ കണ്ണുകൾ കാട്ടിത്തന്നു. ഒരു ആട്ടിൻകുട്ടി. അതും കട്ടിലിൽ. പൊട്ടിവന്ന ദേഷ്യം, കൈകൊണ്ട് നേരിടടാ എന്ന് ആജ്ഞാപിച്ചു. സുഖനിദ്രയിലാണ്ടു കിടന്ന ആട്ടിൻകുട്ടി, പിടഞ്ഞ് നിലവിളിച്ച്, ദിക്ഭ്രമത്തിൽ പെട്ടെന്നൊന്ന് അന്ധാളിച്ചു. പിറകേ എത്തിയ കാലുകൊണ്ടുള്ള തൊഴി മിനിക്കുട്ടിയെ ദേഷ്യം പിടിപ്പിച്ചു. കട്ടിലിൽ നിന്നും ചാടിയിറങ്ങി, കുതറിത്തിരിഞ്ഞ് തല കുലുക്കി ഇടിക്കാനാഞ്ഞപ്പോഴാണ്, തനിക്കായി തുറന്നുകിടക്കുന്ന രക്ഷാവാതിൽ ശ്രദ്ധയിൽപ്പെട്ടത്. അതിലൂടെ മിന്നായം പാഞ്ഞു മിനിക്കുട്ടി. പ്രശോഭ് വേദന തരിച്ച കൈയെ കുടഞ്ഞ് ആശ്വസിപ്പിച്ചു. കിടക്കയിൽ ആടിന്റെ വെളുത്ത രോമങ്ങൾ, ചാടിക്കളിക്കുന്ന ചെള്ളുകൾ. കട്ടിലിനടിയിൽ ആട്ടിൻകാട്ടവും മൂത്രവും. അറപ്പോടെ അയാൾ മൂക്ക് ചുളിച്ചു. കലി അടങ്ങുന്നില്ല. മുറ്റത്തുനിന്നൊരു കമ്പൊടിച്ച് മിനിക്കുട്ടിയെ തേടി ചെല്ലുമ്പോൾ ഒരു കരച്ചിൽ കുന്നിറങ്ങിപ്പോകുന്നതു കേട്ടു.

മുറി വൃത്തിയാക്കി, ഷീറ്റ് കഴുകി, ഭക്ഷണം കഴിച്ചപ്പോഴേക്കും നേരം

പെട്ടെന്ന് ഓടിക്കളഞ്ഞു.

വൈകുന്നേരങ്ങളെല്ലാം അയാൾ ടെറസിനു മുകളിലാണ് ചെലവഴിച്ചത്. പകലത്തെ എഴുത്ത് കശക്കിയിട്ട മനസ്സ് പതിയെപ്പതിയെ പൂർവ്വരൂപത്തിലെത്താൻ തുടങ്ങും.

കാലുകൾ നീട്ടി, കൈകൾ പുറകിലേക്ക് ഉറപ്പിച്ചിരുന്നു. ഇങ്ങനെ എത്രനേരം വേണമെങ്കിലും അയാൾക്ക് ഇരിക്കാൻ കഴിയും. കുറച്ചുകൂടിക്കഴിഞ്ഞാൽ ഇരുട്ട് വീഴും. നല്ല തണുപ്പാവും. നക്ഷത്രങ്ങൾ തെളിയും.

അയാൾ കണ്ണടച്ചിരുന്നു. ചുണ്ടിന്റെ കോണിലൊരു ചിരിയുമായി ഇതാ രമണി വരുന്നു. മുല്ലപ്പൂവിന്റെയും കാച്ചെണ്ണയുടെയും മദിപ്പിക്കുന്ന മണം ടെറസിൽ വന്നുനിറഞ്ഞു. കണ്ണ് ഒന്നുകൂടി മുറുക്കി അടച്ചും, മൂക്കിലേക്കുള്ള ശ്വാസം നിലപ്പിച്ചും രമണിയെ പ്രതിരോധിക്കാൻ ശ്രമിച്ചു. കാതുകൾ തുളച്ച് കൊലുസിന്റെ താളാത്മകമായ ശബ്ദം വരുന്നു. പ്രശോഭ് അപ്പോൾ പനിക്കട്ടിലിലിലാണ്. പാദസരത്തിന്റെ കിലുക്കം അടുത്തടുത്തുവരുന്നു. രമണിയുടെ വരവാണ്. മുഖത്തുകൂടി പുതപ്പ് പുതച്ചുകിടക്കുന്ന അയാൾക്ക് അവളുടെ ഓരോ ചലനവും അറിയാൻ കഴിയുന്നുണ്ട്. അടുത്തുവന്ന്, തണുത്ത കൈകൊണ്ട് അയാളുടെ നെറ്റിയിൽ തൊട്ടുനോക്കി. 'പനിയില്ല', അവൾ സ്വയം പറഞ്ഞു. ശേഷം അടുക്കളയിൽ പ്രവേശിക്കുന്നു. ചായ തയ്യാറാക്കിയശേഷം അയാളെ കുലുക്കി വിളിച്ചു. പ്രശോഭ് ചാടിയെഴുന്നേറ്റ്, അവളെ പൂണ്ടടക്കം പിടിച്ച് കട്ടിലിലേക്കിട്ടു. രമണി തീരെ പ്രതീക്ഷിക്കാത്ത നീക്കമായിരുന്നു അത്. കെട്ടിമറിച്ചിലിനിടയിൽനിന്ന് അവൾ കുതറിമാറി വശ്യമായ ചിരി പരിഭവത്തിൽ ചാലിച്ച് അവൾ ഓടിക്കളഞ്ഞു. അയാൾ കട്ടിലിലിരുന്ന് ആവിയെഞ്ചിൻ പോലെ കിതച്ചു.

രമണിയെ പിന്നെ ഈ വഴി കണ്ടതേയില്ല.

പ്രശോഭ് ദീർഘനിശ്വാസം പൊഴിച്ചു. ഇരിക്കപ്പൊറുതിമുട്ടി അയാൾ ടെറസിൽ ആഞ്ഞ് ചവിട്ടി നടന്നു. അവളെ കണ്ടിട്ടുതന്നെയെന്ന് മനസ്സൊരു തീരുമാനമെടുത്തതിനെ, ടെറസിൽ മലർന്നുകിടന്ന് ശരീരം കൊണ്ട് പ്രതിരോധിക്കാൻ ശ്രമിച്ചത് വൃഥാവിലായി. കാലുകളിതാ താഴേക്കുള്ള പടികളിറങ്ങുന്നു. കൈകളിതാ ഷർട്ട് ധരിക്കുന്നു. മുഖം പൗഡർ പൂശുന്നു. മുറ്റത്തേക്ക് കുതിച്ച അയാൾ പെട്ടെന്നൊരോർമ്മയിൽ തിരികെ വന്ന് പെൻടോർച്ച് കൈയിൽ പിടിപ്പിക്കുന്നു.

വഴിയിൽ പെട്ടെന്നാണ് ഇരുട്ടുവന്ന് മൂടാൻ തുടങ്ങിയത്. പെൻടോർച്ചിന്റെ വെളിച്ചം ദാരിദ്ര്യം പറഞ്ഞു. കാലുകൾ പണ്ടത്തെ ഓർമ്മയിൽ ആത്മവിശ്വാസത്തോടെ മുന്നോട്ടുപോയി. വൈകാതെ പെൻടോർച്ചിന്റെ ശവത്തെ പ്രശോഭ് പോക്കറ്റിലടക്കി. വഴിതെറ്റിയോ എന്ന ചിന്ത കട്ടിയിരുട്ടുപോലെ ഗ്രസിച്ചു. രമണിയുടെ സ്ഥാനത്ത്, ആധിയുടെ അടുപ്പ്

കത്തി. തിരിഞ്ഞ്, വന്നവഴിയിലേക്ക് ആശയോടെനോക്കി. ബംഗ്ലാവിനെയോ അതിന്റെ ഉയരത്തിൽ കത്തുന്ന വെളിച്ചത്തെയോ കാണാനില്ല. കണ്ണിന്റെ തൊട്ടടുത്തുള്ളതുപോലും അദൃശ്യമായി നില്ക്കുന്നു. എല്ലായിടവും ഇരുട്ട്. ഇരുട്ട് മാത്രം. തണുപ്പിലും പ്രശോഭ് വിയർത്തൊഴുകി. കൈകൾ നിവർത്തിപ്പിടിച്ച്, അഭ്യാസിയെപ്പോലെ ചുറ്റും ചുഴറ്റിനോക്കി. തടസ്സങ്ങളൊന്നുമില്ല. കുറച്ച് പുറകിലേക്ക് നടന്ന്, മുന്നോട്ടുള്ള വഴിയിതുതന്നെ എന്ന ഉറപ്പിന്റെ കച്ചിത്തുരുമ്പിൽ മുന്നേറുമ്പോൾ ഒന്നുരണ്ട് മരങ്ങൾ പ്രതിബന്ധം സൃഷ്ടിച്ചു. കാലുകളിൽ തുടലിമുള്ളുകൾ വരഞ്ഞു. മരത്തിലൊന്നിനെ ആശ്ലേഷിച്ച്, ഉറപ്പിച്ച അടുത്ത ചുവട് ശൂന്യതയുടെ ഗർത്തത്തിലേക്കാണ്ടുപോയി. അവിടേക്കുള്ള പ്രയാണത്തിനിടയിൽ ഉള്ളിൽനിന്നും ഒരു നിലവിളി ഉയർത്താൻ ആവതും ശ്രമിച്ചെങ്കിലും ആയില്ല. പുറകുവശം എവിടെയോ ഉരഞ്ഞതിൽനിന്നും രക്ഷാമാർഗ്ഗത്തിനായി എവിടെയെങ്കിലും പിടിയുറപ്പിക്കാൻ തത്രപ്പെടുന്നതിനിടയിലും, താനൊരു കിണറ്റിലേക്കാണ് പൊയ്ക്കൊണ്ടിരിക്കുന്നതെന്ന് അയാൾക്ക് ബോദ്ധ്യമായി.

കൈയുംകാലും ഒരുമിച്ച് കുത്തുന്ന രീതിയിലായിരുന്നു ആ വീഴ്ചയുടെ ഒടുക്കം. ശേഷം ഒരുവശത്തേക്ക് ചരിഞ്ഞുപോയ അയാൾ ചാടിപ്പിടഞ്ഞെഴുന്നേറ്റ്, വിറയൽകൊണ്ട് പൂരിതമായ ദേഹത്തെ - ഒന്നും പറ്റിയിട്ടില്ല... ഒന്നും പറ്റിയിട്ടില്ല... എന്ന് ആശ്വസിപ്പിക്കാൻ ശ്രമിച്ചത് രണ്ടുമിനിട്ടോളം നീണ്ടുനിന്നു. ശരീരം ഒരു വിധത്തിൽ സമാശ്വാസപ്പെട്ടപ്പോൾ, കൈകൾ ഉയർത്തി പുറത്തേക്കുള്ള വഴിയുടെ താക്കോൽ കിട്ടുമോ എന്നുപരതി. അതിൽ നിരാശനായ അയാളെ ശരീരം വീണ്ടും വിറയൽ കൊണ്ട് ചതിച്ചു. നിലവിളിക്കുന്നത് അപകടമാണെന്നും പുലർച്ചെ തനിക്കീ വാരിക്കുഴിയിൽനിന്നും പുറത്തേക്ക് കയറിപ്പോകാൻ കഴിയുമെന്നും ചിന്തിച്ചു.

ശരീരത്തിന് ക്രമേണ മാന്ദ്യം അനുഭവപ്പെട്ടു. ഇരുട്ടിന്റെ വലിയൊരു ഗുഹയാണിവിടം. ശരീരത്തിന്റെ ഓരോ ഭാഗത്തെയും ഉഴിഞ്ഞുകൊണ്ടുള്ള സുഖാന്വേഷണത്തിനിടയിൽ മൂക്കിൽനിന്നും ചോര കിനിയുന്നുണ്ടെന്ന് മനസ്സിലാക്കി. ശ്വാസത്തിന് അകത്തുകയറാൻ ചെറിയൊരു ദ്വാരം അവശേഷിപ്പിച്ച്, ബാക്കിഭാഗം വിരൽകൊണ്ട് പൊത്തിപ്പിടിച്ച് രക്തത്തിന്റെ ഉറവയെ വറ്റിക്കാൻ ശ്രമിച്ചു. രക്തം കൈമുട്ടിലൂടെ ഒഴുകിവരുന്നുണ്ടായിരുന്നു. പുലർച്ചെയാകുമ്പോൾ, രക്തം വാർന്ന് മരണപ്പെട്ടേക്കും എന്ന ഭീതി ഹൃദയത്തിന്റെ ഭിത്തികളിൽ ആഞ്ഞടിച്ചു.

രാത്രിയുടെ വ്യതിയാനങ്ങളൊന്നും ആ വാരിക്കുഴിയിൽ അനുഭവപ്പെട്ടില്ല. അവിടുത്തെ ആകാശത്തിൽ ചന്ദ്രനോ നക്ഷത്രങ്ങളോ ഇല്ല. പകൽവെളിച്ചത്തിന്റെ ആദ്യത്തെ സാന്നിദ്ധ്യം കടന്നുവന്നപ്പോൾ അയാൾ ആശയോടെ മുകളിലേക്കുനോക്കി. താഴേക്കു പോരുന്തോറും

വച്ചൂറ്റിപോലെ വട്ടം കുറഞ്ഞ കിണറ്റിലാണ് താനെന്നും, പ്രതീക്ഷിച്ചതിനേക്കാൾ വളരെ ആഴമുള്ളതാണിതെന്നും പ്രശോഭിന് ബോദ്ധ്യമായി. പഴക്കമുള്ള കിണറാണ്. വെള്ളം കിട്ടാത്തതിനാൽ ഉപേക്ഷിച്ചതാവും. രണ്ടാൾ പൊക്കം കഴിഞ്ഞാൽ എത്തിപ്പിടിക്കാവുന്ന, പായലിന്റെയും ചെറുചെടികളുടെയും കിന്നരിവച്ച തൊടികളിലേക്ക് അയാൾ പ്രതീക്ഷയോടെ നോക്കി. കയറ്റം കയറിപ്പോകുന്ന ഇരുപതോളം തൊടികൾ. തൊടിവരെ ചെന്നെത്തുന്നതിനുള്ള ചവിട്ടിക്കയറുന്ന കുതപ്പുകൾ അയാൾക്ക് കണ്ടെത്താനായില്ല. കുഴിക്കകത്ത് ഇരുട്ടിന്റെ ബാക്കി ഒഴിയാതെ നില്പുണ്ട്. അത് മാറിക്കഴിഞ്ഞാൽ മുകളിലേക്കുള്ള മാന്ത്രികവഴി തുറക്കപ്പെടുമെന്ന് അയാൾ കരുതി.

ഉച്ചയോടടുത്തിരിക്കണം. സൂര്യൻ നേരെ മുകളിൽ പ്രകാശിക്കുകയാകണം. കിണറ്റിലേക്ക് ചാഞ്ഞുനിന്ന മരങ്ങളെ അരിച്ച് വെളിച്ചത്തിന്റെ ചാലുകൾ കിണറ്റിന്റെ മുകൾവശത്തെ അലങ്കരിച്ചു. വെയിൽപാളികൾ ആദ്യത്തെ മൂന്നുനാലു പടവുകളോളം ഇറങ്ങിവരാൻ സന്മനസ്സുകാട്ടി.

കാലിന്റെ പാദത്തിന് ഊന്നാനും കൈകൾ ഉറപ്പിക്കാനും പാകത്തിൽ വെട്ടിയിട്ടുള്ള പാതാളക്കുഴിയിൽനിന്നുള്ള വെട്ടുകളെ പ്രശോഭ് ആഹ്ലാദത്തോടെ കണ്ടെടുത്തു. തൊടിയുടെ ആരംഭംവരെ അത് ചെന്നെത്തുന്നുണ്ട്. അതുവരെ കയറിച്ചെല്ലാൻ അയാൾ നടത്തിയ ശ്രമങ്ങളെല്ലാം നിമിഷങ്ങൾക്കുള്ളിൽതന്നെ പരാജയപ്പെട്ടു. ചെറിയ ചലനങ്ങളിൽപ്പോലും പ്രശോഭിന്റെ ശരീരം വേദനയുടെ കൂറ്റൻ കയറ്റങ്ങൾ കയറിപ്പോകുന്നുണ്ടായിരുന്നു. ദേഹം മുഴുവനും ചതവുകളും മുറിവുകളുമാണ്. പിൻതിരിഞ്ഞുനിന്ന് കൈകളിൽ ബലം കൊടുത്ത് തൊടികളിലൂടെ കിണറ്റിലേക്ക് ഇറങ്ങിപ്പോവുകയും കയറിവരികയും ചെയ്യുന്ന ബാലേട്ടൻ അയാളെ ഒരിക്കൽക്കൂടി പ്രചോദിപ്പിച്ചു. നാട്ടിലെ കിണറുകൾ വേനല്ക്കാലത്ത് ഇറച്ച് വൃത്തിയാക്കിയിരുന്നത് ബാലേട്ടനായിരുന്നു. പ്രശോഭിനെ രണ്ട് പടവുകൾക്ക് മുകളിലേക്ക് കയറ്റിവിടാൻ ബാലേട്ടനുമായില്ല.

വിയർപ്പിൽ കുളിച്ച്, ഷർട്ടിലും മുണ്ടിലുമുള്ള മണ്ണിന്റെ പരിഹാസങ്ങളെ നിരാശയോടെ നോക്കി അയാളിരുന്നു. അഭിമാനബോധത്തിന്റെ കട്ടിത്തോട്, മൃദുചർമ്മമായി രൂപാന്തരപ്പെടുന്നത് പ്രശോഭ് കണ്ടു. അയാൾ എഴുന്നേറ്റുനിന്ന് ഉറക്കെ നിലവിളിച്ചു. “അയ്യോ....... അയ്യോ....... രക്ഷിക്കണേ........” ജാള്യതയുടെ പാട ആദ്യം ശബ്ദത്തെ പുറത്തുവിട്ടില്ലെങ്കിലും പിന്നെയത് അഭൂതപൂർവ്വമായി ഉയരാൻ തുടങ്ങി. ഇത്രയും ഒച്ചയുണ്ടാക്കാൻ തൊണ്ടയ്ക്കാകുന്നുണ്ടല്ലോ! അങ്ങനെ വേണം, സബാഷ്. അയാൾ സ്വയം പറഞ്ഞു.

അഞ്ചുമിനിട്ടോളം നീണ്ട ശബ്ദവ്യായാമത്തിന്റെ ഫലപ്രാപ്തിക്കായി കാതുകളെ വട്ടംചുറ്റിച്ചു. കാല്പാദങ്ങൾ അടുത്തുവരുന്നതായി

തോന്നിയപ്പോൾ, വീണ്ടും ഒച്ചയിട്ടു. "കിണറ്റിനകത്താണ്..... പൊട്ടക്കിണറ്റിനകത്ത്....." തന്റെ ശബ്ദം കിണറ്റിന്റെ ഉയരം കയറിപ്പോകുന്നത് അയാൾ ശ്രദ്ധയോടെ കേട്ടു. മുകളിലേക്കെത്തുമ്പോൾ ഒച്ച നേർത്തുപോകുന്നുണ്ട്. കിണറ്റിനു പരിസരത്തെ വലിയൊരു ചുറ്റളവിനെ ചെന്നുതൊടാനുള്ള പ്രാപ്തിയൊന്നും അതിനില്ല. അടുത്തുവരുന്നു എന്നു തോന്നിയ കരിയിലയിളക്കം ഇപ്പോൾ നിലച്ചിരിക്കുന്നു. അയാൾ കൊടിയ നിരാശയിൽ, തലയെ കൈകൾക്കുള്ളിലാക്കി ഇരുന്നു. കണ്ണിൽ നനവ് പടർന്നു.

എട്ട്

കിണറ്റിൽ അകപ്പെട്ടതിന്റെ ഏഴാംദിവസമാണ് ഇന്നെന്ന് അയാൾ എണ്ണിയെടുത്തു. ദിവസങ്ങളെ തിട്ടപ്പെടുത്താൻ ഓരോരോ അടയാളങ്ങൾ കുറിച്ചിട്ടിരുന്നു. കിണറ്റിൽ വീണതിന്റെ പിറ്റേ ദിവസമാണ് വെയിൽച്ചീളുകൾ തൊടികളെ മുത്തമിട്ടത്. മൂന്നാംദിവസം കിണറ്റിന്റെ മുകളിൽ തണൽപിടിച്ചുനിന്ന അയണിമരത്തിൽ കാക്ക കൂടുകൂട്ടാനായി വന്നു. നാലാം ദിവസം ഒരു പാമ്പ് കിണറ്റിലേക്ക് തലയെത്തിച്ച് ഇറങ്ങാൻ ശ്രമിക്കുകയും പിന്നീടതിന് മാനസാന്തരം വരികയും ചെയ്തു. അഞ്ചാം ദിവസം ഒരപ്പൂപ്പൻതാടി കിണറ്റിന്റെ ശൂന്യതയിലൂടെ പറന്നുവന്ന്, വിലങ്ങനെ വിരിച്ചിരുന്ന ചിലന്തിവലയിൽ തങ്ങി, കൈകാലിട്ടടിച്ച് ഇരിപ്പായി. ഇന്നലെ ആകാശത്ത് മഴവില്ലിന്റെ മുറി കണ്ടു.

ബോധം മങ്ങിത്തുടങ്ങുകയാണെന്ന് അയാൾക്ക് മനസ്സിലായി. ഉറക്കം അയാളെ മിനിട്ടുകൾകൊണ്ടുപോലും അനുഗ്രഹിച്ചില്ല. ഉണർന്നിരിക്കുന്ന ഓരോ നിമിഷവും അയാൾക്ക് ഭയാനകമായിത്തോന്നി. പഴയ കാലത്തെ ഓരോരോ അനുഭവങ്ങൾ കടന്നൽക്കൂട്ടങ്ങളെപ്പോലെ വന്ന് കുത്തിനോവിച്ചു. സ്മരണകളുടെ ഈ വറ്റാത്ത ഖനി ശരീരത്തിന്റെ ഏത് ഭാഗത്താണ് സൂക്ഷിക്കപ്പെടുന്നത്? മറവിയുടെ കനത്ത അടരുകളെ കുത്തിക്കീറിയാണ് അവയോരോന്നും പിറവിയെടുത്ത്, അയാൾക്കുനേരെ പാഞ്ഞടുത്തത്. കുട്ടിക്കാലം മുതലുള്ള ഓർമ്മപ്പെരുക്കങ്ങളിൽ കിണറാകെ മൂടപ്പെട്ടതായും, താനതിൽ ശ്വാസംമുട്ടി മരിക്കാനൊരുങ്ങുകയാണന്നും അയാൾ പരിഭ്രമിച്ചു. വീട്ടിനുമുന്നിലെ വിശാലമായ വയലിൽ പണിചെയ്തിരുന്ന പത്തോളം സ്ത്രീകളുടെ ചേറ് പറ്റിയ മുഖങ്ങൾ ഒരു സമയം തെളിഞ്ഞു കണ്ടു. അതിലൊന്ന് അയാളുടെ അമ്മയായിരുന്നു. അവർ ഞാറ് നടുകയും ഞാറ്റുപാട്ട് പാടുകയും ചെയ്തു. വിളഞ്ഞ നെല്ലിന്റെ മണം മൂക്കിന്റെ സുഷിരങ്ങളെ വികസിപ്പിച്ചു. ഒൻപതാം ക്ലാസിലെയും പത്താം ക്ലാസിലെയും സഹപാഠികളുടെ പേരുകളെല്ലാം ഹാജർ പുസ്തക ക്രമത്തിൽ അയാൾ ഉരുവിട്ടു. ലക്ഷ്മണൻ പുറകിലെ ബഞ്ചി

ലിരുന്ന് വെളുക്കെ ചിരിച്ചു. സ്കൂളിൽ പഠിച്ച ഇടശ്ശേരിയുടെ 'വിദ്യാലയത്തിലേക്ക് വീണ്ടും' എന്ന കവിത വരികളൊന്നും തെറ്റിക്കാതെ ചൊല്ലാനായി. കവിത കാണാപ്പാഠം പഠിക്കാത്തതിന് സരസ്വതി ടീച്ചർ കമ്പൊടിയുംവരെ തല്ലിയിട്ടുള്ളതാണ്.

ഒന്നോ രണ്ടോ ദിവസത്തിനപ്പുറം തനിക്കിനി ജീവിതമുണ്ടാകില്ലെന്ന സത്യത്തോട് പ്രശോഭ് ഏറക്കുറെ പൊരുത്തപ്പെട്ടിരുന്നു. ആൾവാസമില്ലാത്ത ഒറ്റപ്പെട്ട പറമ്പിലെ കിണറ്റിലാണ് താൻ കിടക്കുന്നത്. പൊട്ടിയമ്മയും രമണിയുമായിരിക്കും ഈ പ്രദേശത്തെ താമസക്കാർ. അവർ വന്നുപോകുന്ന വഴിക്ക് അകലത്തെവിടെയോ ആണ് ഈ പാതാളക്കുഴി. തന്നെ കാണാതായ വിവരം പൊട്ടിയമ്മയോ രമണിയോ ലക്ഷ്മണനെ അറിയിച്ചിട്ടുണ്ടാവും. ലക്ഷ്മണൻ പൊലീസിനെയും. ഓഫീസിലേക്കും വിൻസെന്റിലേക്കും രമ്യയിലേക്കും ചെന്ന് പൊലീസ് അന്വേഷണം മുട്ടിനില്ക്കുമെന്നുറപ്പാണ്. ടൈംടേബിളില്ലാത്ത തന്റെ ജീവിതത്തിന്റെ പഴുതുകൾ കണ്ട്, പൊലീസുകാർ ആ കേസ് നിരുന്മേഷമാക്കിയിരിക്കും. അവർക്ക് മറ്റെന്തെല്ലാം അന്വേഷിക്കാനിരിക്കുന്നു.

ഉദരം ദീനമായി കരഞ്ഞു. ഇന്നലെവരെ വിവിധതരത്തിലുള്ള ഒറ്റപ്പെട്ട ശബ്ദങ്ങൾ പുറപ്പെടുവിച്ചിരുന്നതാണ്. ഒരുതുള്ളി വെള്ളംപോലും കുടിക്കാതെ, ഇത്രയും ദിവസം ഒരാൾക്ക് ജീവിക്കാൻ കഴിയുമെന്ന് അയാൾക്കറിയില്ലായിരുന്നു.

ഉച്ചകഴിഞ്ഞതോടെ ശരീരം നിർജ്ജീവാവസ്ഥയിലായി. ഉള്ളിലെ കത്തലും കാളലുമെല്ലാം അവസാനിച്ചു. മനസ്സ് അടിയറവ് പറഞ്ഞതോടെ ശരീരം ചെറുത്തുനില്പെല്ലാം അവസാനിപ്പിച്ച് മരണത്തിലേക്കുള്ള പടികൾ ഊർന്നിറങ്ങുകയാണ്. പട്ടുപോയ തന്റെ ശരീരം മണ്ണിലടിഞ്ഞതും, അവിടെനിന്നും ഒരു തെങ്ങിൻതൈ നാമ്പിട്ട് വരുന്നതും കാണിച്ച് ചെറിയൊരു മയക്കം അയാളെ പേടിപ്പിച്ചു. തെങ്ങിലേക്ക് ചേക്കേറാൻ വന്ന കിളികളെ, ഒച്ചവച്ച് ഭയപ്പെടുത്തി.

പിറ്റേദിവസം രാത്രിയിലാണ് മഴ തുടങ്ങിയത്. വൈകുന്നേരം മുതൽ കിണറ്റിന് തണൽ പിടിച്ചുനിന്ന അയണിമരത്തെ കാറ്റ് കഷ്ടപ്പെടുത്തിത്തുടങ്ങിയിരുന്നു. വീശറിപോലുള്ള ഉണങ്ങിയ ഇലകളിൽ ചിലത് കിണറ്റിലേക്ക് പറന്നുവന്നു. ഒരറ്റത്തിരുന്ന് അതിനെ കൈനീട്ടി പിടിക്കാൻ പ്രശോഭ് ശ്രമിച്ചു. കാറ്റിന്റെ ഒരറ്റം കിണറ്റിലേക്ക് ഹുങ്കാരത്തോടെ പാഞ്ഞടുത്തു. ഒടുവിലത് നേർത്തൊരു തലോടലായി അയാളെ ചുറ്റിവരിഞ്ഞു. പിന്നീടാണ് മഴവീഴാൻ തുടങ്ങിയത്. അരമണിക്കൂറത്തെ പെയ്ത്തിനുശേഷമാണ് മഴത്തുള്ളികൾ ലുബ്ധോടെ അയാളുടെ മേലേക്ക് വീണത്. ശരീരം പൊള്ളുംപോലെ തോന്നി. കൈകൾ നീട്ടി മഴവെള്ളത്തെ ശേഖരിക്കാനാകുമെന്നും കഴിഞ്ഞ എട്ടുദിവസമായി മരുഭൂമിയായിക്കിടക്കുന്ന തൊണ്ടയെ നനയ്ക്കാനാകുമെന്നും അയാൾക്ക്

തോന്നി. കൈക്കുമ്പിളിലെ ചെറിയ ആഴത്തെപ്പോലും നിറയ്ക്കാൻ മഴത്തുള്ളികൾക്കായില്ല.

പ്രഭാതത്തിൽ കാൽച്ചുവട്ടിലെ മണ്ണിന്റെ നനവ് ചെറിയൊരു സുഷുപ്തിക്കിടയിൽ അയാളെ വിളിച്ചുണർത്തുന്നു. മഴയുടെ സ്നിഗ്ദ്ധതയെ മണ്ണിന്റെ അടരുകൾ ഔദാര്യപൂർവ്വം താഴേക്ക് കടത്തിവിട്ടതാണ്. നനഞ്ഞ മണ്ണിനെ ആവേശത്തോടെ മാന്തിമാറ്റിയപ്പോൾ അവിടെ ജലത്തിന്റെ ചെറിയ വട്ടം രൂപപ്പെട്ടു. ആർത്തിയോടെ തൊണ്ടയിലേക്കൊഴുക്കുമ്പോൾ തീക്കട്ട വീണപോലെ തൊണ്ട പൊട്ടിപ്പിളർന്നു. ചുമച്ച് വശംകെട്ട് വീണിട്ടും വെള്ളത്തോടുള്ള ആസക്തിയെ അടക്കാനായില്ല.

തൊട്ടടുത്ത ദിവസംതന്നെ ജലത്തിന്റെ കാരുണ്യം വറ്റിപ്പോയി. തലേദിവസം ഉള്ളിലെത്തിയ വെള്ളം രണ്ടു നാൾ കൂടി തന്നെ ജീവിപ്പിക്കുമെന്ന് അയാൾ വിശ്വസിച്ചു.

ആറോ ഏഴോ ദിവസമാണ് പിന്നാലെ വന്നുപോയത്. അത്ഭുതങ്ങളൊന്നും സംഭവിക്കാൻ പോകുന്നില്ലെയെന്നറിഞ്ഞിട്ടും, പഴയകാല സ്മരണകളുടെ കുടിയേറ്റം മാത്രം അവസാനിച്ചില്ല. അതുവരെ കാത്തുസൂക്ഷിച്ച പ്രതിരോധത്തിന്റെ കന്മതിലെല്ലാം പൊളിച്ച് രമ്യ അടുത്തുവന്ന് ഇരിപ്പായി. കഴിഞ്ഞ ദിവസമാണെന്നു തോന്നുന്നു അപ്പൻ കിണറ്റിലേക്കിറങ്ങിവരികയും തൂമ്പ പിടിച്ച് തഴമ്പിച്ച കൈകൊണ്ട് നെറ്റിയിൽ തലോടുകയും ചെയ്തത്. മരണമടുക്കുമ്പോൾ മനുഷ്യൻ എത്ര ദുർബ്ബലനായിത്തീരും - അയാൾ ആത്മഗതം നടത്തി. രമ്യ അടുത്തിരുന്നപ്പോഴെല്ലാം കോട്ടൺസാരിയുടെ മണം അവിടെയാകെ വിങ്ങിനിന്നു. അയാൾ നടത്തിയിരുന്ന ലിറ്റിൽ മാസികയിലേക്ക് കവിതകൾക്കൊപ്പം അവൾ അയച്ചിരുന്ന കത്തുകളിലെ വരികൾ വടിവോടെ അയാൾക്കു മുമ്പിൽ വിരുന്നുവന്നു.

സന്ധ്യയായെന്നു തോന്നുന്നു. അയാൾ കിടക്കുകയായിരുന്നു. ചില ഒച്ചകൾ ഭൂമിയുടെ ഉപരിതലത്തിൽ ഉടലെടുക്കുന്നതായി അയാൾക്ക് ബോദ്ധ്യപ്പെട്ടു. സർവ്വശക്തിയും സംഭരിച്ച് ചില വികൃതശബ്ദങ്ങൾ പുറപ്പെടുവിച്ചു. എഴുന്നേറ്റിരിക്കാൻ അയാൾക്ക് ആകുമായിരുന്നില്ല. പ്രത്യാശയുടെ കണ്ണുകൾ തുറന്നുപിടിച്ച് അയാൾ മലർന്നുകിടന്നു.

വളരെ പെട്ടെന്നാണ് എന്തോ വെളുത്ത വസ്തു - വലിയൊരു അപ്പൂപ്പൻ താടിയെന്നാണ് ആദ്യം തോന്നിയത് - താഴേക്ക് പറന്നുവരുന്നത് അയാൾ കണ്ടത്. നിമിഷങ്ങൾക്കകം അയാളുടെ കാലുകൾക്ക് വേദന സമ്മാനിച്ചുകൊണ്ട് അത് പിടഞ്ഞെണീറ്റ് കരയാൻ തുടങ്ങി. മിനിക്കുട്ടിയാണിതെന്ന് പ്രശോഭ് തിരിച്ചറിഞ്ഞു. കാത്തുവിന്റെ ആട്ടിൻകുട്ടി. അത് പിടഞ്ഞെണീറ്റ് രണ്ട് കരച്ചിൽ പാസാക്കി. പിന്നെ, മുൻകാലുകളെ ഏണിയാക്കിവച്ച് മുകളിലുള്ള പുല്ലിനെ എത്തിവലിച്ച്

തിന്നാൻ തുടങ്ങി. ഇങ്ങനെയൊരു ജീവി കൂടി കിണറ്റിനകത്തുണ്ടെന്ന് ആട്ടിൻകുട്ടി അറിഞ്ഞ മട്ടില്ല. എപ്പഴോ ആട്ടിൻകുട്ടിയുടെ ചൂടുള്ള നാവ് പ്രശോഭിന്റെ മുഖത്തെ നക്കിത്തുടച്ചു.

രാത്രി കനത്തെന്നു തോന്നുന്നു. താനൊരു അപകടസന്ധിയിലാണെന്ന് മിനിക്കുട്ടി മനസ്സിലാക്കി നിർത്താതെ നിലവിളി തുടങ്ങി. പേടിച്ച് മൂത്രമൊഴിക്കുകയും പുഴുക്കയിടുകയും ചെയ്തു.

വെളിച്ചത്തിന്റെ പൊട്ടുകൾ കണ്ണിലടിച്ചപ്പോൾ അയാൾ എണീറ്റിരിക്കാൻ ശ്രമിച്ചു. മിനിക്കുട്ടീ.... എന്ന് നീട്ടി വിളിക്കുന്നത് കാത്തുവാണ്. ഒപ്പമുള്ളത് രമണിയായിരിക്കും. മിനിക്കുട്ടി ഞാനിവിടുണ്ടല്ലോ എന്ന് നീട്ടിമൂളി.

പ്രശോഭ് പിടഞ്ഞെണീറ്റതുകണ്ട് വെളിച്ചത്തിന്റെ കൈകൾ ഞെട്ടി മാറുകയും ഭയന്ന് ഒച്ചവയ്ക്കുകയും ചെയ്തു. വെളിച്ചം പിൻവലിഞ്ഞു. അരമണിക്കൂർ കഴിഞ്ഞപ്പോൾ കിണറ്റിന്റെ കരയാകെ പ്രകാശപൂരിതമായി മാറിക്കഴിഞ്ഞു. ഉത്സവപ്പറമ്പുപോലെ ഒച്ചയും ബഹളവുമായി താഴേക്ക് നീണ്ടുവന്ന വെളിച്ചത്തിന്റെ കൈകളിലൂടെ അയാൾ പുറംലോകത്തിന് വെളിപ്പെട്ടു.

ഡോ. രതീഷിന്റെ ഹോസ്പിറ്റലിൽ മൂന്നുദിവസത്തെ കിടപ്പിനുശേഷമാണ് ബോധത്തിന്റെ വെയിൽ അയാളുടെ ഉള്ളിൽ പരന്നത്. ഒരു പരിചയവുമില്ലാത്ത നിരവധി പേർ അയാളെ കാണാനായി അവിടെ ഇതിനിടയിൽ വന്നതായി ലക്ഷ്മണൻ പറഞ്ഞു. താനൊരു കാഴ്ചവസ്തുവായിത്തീർന്നതിൽ പ്രശോഭിന് കുണ്ഠിതം തോന്നി. ബോധം വീണ ഉടൻ ഡോക്ടർ അടുത്തെത്തി.

“15 ദിവസം കിണറ്റിനകത്ത് ഒന്നും കഴിക്കാതെയാണോ കിടന്നത്? അത്ഭുതം തോന്നുന്നു.” രതീഷ് പറഞ്ഞു.

“ഒന്നും കഴിച്ചില്ലെന്ന് പറയാനാവില്ല, പഴയകാല ഓർമ്മകളല്ലാതെ.”

പച്ചയായ മനുഷ്യനെപ്പോലെ അയാൾ നിഷ്കളങ്കമായി ഡോക്ടറെ നോക്കി ചിരിച്ചു. പ്രാചീനകാലത്തിൽ നിന്നെവിടെനിന്നോ പുറപ്പെട്ടു വരുന്നതുപോലെ അയാളുടെ ഒച്ച പരുപരുത്തിരുന്നു.

ഒൻപത്

“ആക്ചലി പ്രശോഭൻ സാറേ എന്താ സംഭവിച്ചത്?” വോഡ്ക്കയുടെ കുപ്പി പൊട്ടിച്ച് ഗ്ലാസിലേക്ക് പകരുന്നതിനിടയിൽ അജയൻ ചോദിച്ചു. രാജേഷ് അതിലേക്ക് എരിയൻ മുളകിനെ ചീന്തിയിട്ടു. അജയന്റെ മുഖത്ത് ആകാംക്ഷയുടെ കുമിളകൾ ഉയർന്നുവരുന്നത് പ്രശോഭ് കണ്ടു. പ്രശോഭ് ആശുപത്രിവിട്ട് വന്നതിന്റെ മൂന്നാം ദിവസമായിരുന്നു ടെറസിലെ ആ കൂടിക്കാഴ്ച. ആരുടെയെങ്കിലും സാന്നിദ്ധ്യത്തെ

ആശിച്ചിരിക്കുമ്പോഴാണ്, അജയനും രാജേഷും ബൈക്കിലെത്തിയത്. ഒന്നു കൂടിക്കളയാമെന്ന് പറഞ്ഞ ഉടനെ രാജേഷ് ബൈക്കുമെടുത്ത് പുറപ്പെടുകയും അരമണിക്കൂറിനുള്ളിൽ വോഡ്ക്കയും അനുസാരികളുമായി തിരിച്ചെത്തുകയും ചെയ്തു.

നോവലിന്റെ ശേഷിക്കുന്ന ഭാഗത്തിന് ഒരു വരിപോലും സംഭാവന ചെയ്യാൻ കഴിയാത്തതിന്റെ മനഃപ്രയാസത്തിലായിരുന്നു പ്രശോഭ്. ഭൂതകാലത്തിന്റെ കിണറ്റിലാണ് താനിപ്പോഴും കിടക്കുന്നതെന്ന് പ്രശോഭിന് വിശ്വസിക്കേണ്ടിവരുന്നു. മിഹൽക്കോവിനെയോ വലന്റീനയെയോ അവിടെ കിടന്നുകൊണ്ട് അയാൾക്ക് കാണാനാകുന്നില്ല. വർഷങ്ങളായി വായിച്ചുറപ്പിച്ച ഭൂഖണ്ഡങ്ങളോ അവിടത്തെ മനുഷ്യരോ തന്റെ രണ്ടാഴ്ച നീണ്ട ഭൂഗർഭജീവിതത്തിന് കൂട്ടായി വന്നില്ലല്ലോ എന്ന ചിന്ത അയാളുടെ ഉള്ളിൽ വേലിയേറ്റങ്ങൾ സൃഷ്ടിച്ചുകൊണ്ടിരുന്നു.

പ്രശോഭ് മുമ്പിലിരുന്ന ഗ്ലാസിനെ ഒറ്റവലിക്ക് അകത്താക്കി, പുറകിൽ കൈയൂന്നിയുള്ള പതിവ് ഇരിപ്പിരുന്നു. ഒരു മിനിട്ടോളം കണ്ണടച്ച് ധ്യാനിച്ചു. പിന്നെ കണ്ണുതുറന്ന് രാജേഷിനെയും അജയനെയും തറപ്പിച്ചുനോക്കി. രണ്ടുപേരും പ്രശോഭിന്റെ ഓരോ ചലനങ്ങളെയും സാകൂതം വീക്ഷിക്കുകയായിരുന്നു. പ്രശോഭിന്റെ മുഖത്തെ കാർമേഘക്കൂട്ടങ്ങൾ ഒഴിഞ്ഞുപോവുകയും പ്രകാശം പരക്കുകയും ചെയ്തു.

“ഞാൻ ബംഗ്ലാവിൽ വന്ന അന്നു മുതൽ ഒരു മുയൽ എന്റെ മുന്നിൽ പ്രത്യക്ഷപ്പെടുമായിരുന്നു. പണ്ട് ഞങ്ങളുടെ വീട്ടിൽ ഒരു ചെറിയ ചായ്പ്പ് കെട്ടി മുയലിനെ വളർത്തിയിരുന്നു. ചെവിയനെന്നായിരുന്നു വിളിച്ചിരുന്നത്. അടിച്ചൊതുക്കി ചാണകം മെഴുകിയ തറയെ ചെവിയന്മാർ കുഴിച്ച് കുളം തോണ്ടിക്കളയും. പ്രസവിക്കുമ്പോൾ കുഞ്ഞുങ്ങൾ കുറെയെണ്ണം കാണും. കുറെ ചത്തുപോവും. തണുപ്പുകാലത്തെ അതിജീവിക്കാൻ ചെവിയന്മാർക്ക് ബുദ്ധിമുട്ടാണ്. കൂടുതുറക്കുമ്പോൾ സൂക്ഷിച്ചില്ലെങ്കിൽ ഓടാൻ പ്രാപ്തിയായവ ചാടി രക്ഷപ്പെട്ടുകളയും. പിന്നെ പിടിക്കാൻ പ്രയാസമാണ്. ചാടിപ്പോയവരിൽ ചിലരെ ഞാൻ പിന്നാലെ എത്തി പിടികൂടിയിട്ടുണ്ട്. അപ്പോഴാണ് വളർച്ചമുറ്റിയ ചെവിയന്മാരെ ഭക്ഷണമാക്കാൻ തീരുമാനിക്കുന്നത്. മുയലിറച്ചി തിന്നണം. എന്താ രുചിയെന്നറിയോ.

ആ ദിവസം ചെവിയൻ കൺമുമ്പിലിരുന്ന് മൂക്കും ചുണ്ടും വിറപ്പിച്ചപ്പോൾ മുയലിറച്ചിയുടെ രുചി നാവിൽ പെരുത്തു. എന്നെ പിടിക്കാൻ പറ്റുവോ? എന്ന വെല്ലുവിളിയോടെ ചെവിയൻ തൊട്ടു തൊട്ടില്ലന്ന മട്ടിൽ എന്റെ സമീപത്തിരുന്നു. ഞാൻ നിന്നെ പിടിക്കാനൊന്നും പോകുന്നില്ലെന്ന മട്ടിൽനിന്ന്, ചാഞ്ഞ് അതിന്റെ മേലേക്ക് വീണു. കൈയിൽനിന്നും വഴുതിയ അത്, മൂക്കും ചുണ്ടും ചുളിപ്പിച്ച് കളിയാക്കി. അതുവരെ ഇല്ലാത്ത വേട്ടയുടെ ആദിമചോദന ഉള്ളിൽ നാമ്പിട്ടെന്നു തോന്നുന്നു. പതുങ്ങിപ്പതുങ്ങി പിന്നാലെ നടന്നു. അവനും ഒരു രസികൻ തന്നെ.

വെയിൽ മറഞ്ഞതോ, ഇരുട്ടുപരക്കാൻ തുടങ്ങിയതോ, ബംഗ്ലാവിൽ നിന്നും ഏറെ അകലെ ആയതോ ഞാനറിഞ്ഞില്ലെന്നതാണ് സത്യം. അവനൊരു കുതിപ്പിൽ പൊന്തയ്ക്കുള്ളിലേക്ക് മറഞ്ഞു. പൊന്തയ്ക്ക് പിന്നിൽ നിലയുറപ്പിക്കാൻ ഞാൻ തീരുമാനിച്ചു. കനത്ത ആഞ്ഞിലി മരത്തെ ചുറ്റിയുള്ള നീക്കമായിരുന്നു ആസൂത്രണം ചെയ്തത്... എത്തിപ്പെട്ടതോ...."

കിണറ്റിനകത്തു കിടന്ന് നിർമ്മിച്ച കെട്ടുകഥയെ മുഖവുരയായി സ്ഥാപിച്ച്, പ്രശോഭ് രണ്ടാമത്തെ ഗ്ലാസ് കൈയിലെടുത്തു. ഒരിക്കലും പറയാൻ അവസരം ലഭിച്ചേക്കില്ലന്ന് കരുതിയ ആ കല്പിത കഥ പറയാൻ കഴിഞ്ഞതിൽ അയാൾക്ക് ചാരിതാർത്ഥ്യം തോന്നി.

പിന്നീട് കിണറ്റിനകത്തു വീണതിനുശേഷമുള്ള ഓരോ നിമിഷങ്ങളെയും അയാൾ പുനർനിർമ്മിച്ചു. പൊടിപ്പും തൊങ്ങലുമൊന്നും ആ ഏറ്റുപറച്ചിലിന് കൂട്ടായി വന്നില്ല. മുമ്പിലിരിക്കുന്ന ദ്രാവകത്തെപ്പറ്റിയോ, വറട്ടിയ ബീഫിനെപ്പറ്റിയോ, വട്ടത്തിലരിഞ്ഞുവച്ച വെള്ളരിക്കയെപ്പറ്റിയോ ആ ഒന്നൊര മണിക്കൂറിനുള്ളിൽ ആരും ചിന്തിച്ചില്ല.

"പ്രശോഭൻ സാറേ, മുഖസ്തുതി പറയുകയല്ല. ഇതൊരു കിടുക്കൻ സാധനമാണ്. സാറിദേ, ഇതിനെയങ്ങ് വള്ളിപുള്ളിവിസർഗ്ഗം മാറ്റാതെ പേപ്പറിലാക്ക്. ദേ ഞാനിങ്ങനൊന്ന് അടുത്ത കാലത്തൊന്നും കേട്ടിട്ടില്ല." അജയൻ അയാളുടെ തോളിൽ കൈവച്ച് അഭ്യർത്ഥിച്ചു.

"സ്വാനുഭവങ്ങളെയൊന്നും എഴുത്തിൽ കൊണ്ടുവരരുതെന്നത് എന്റെ പോളിസിയാണ്....."

"പോ സാറേ. അതൊക്കെ അവിടെ നിക്കട്ടെ. ഇത് എഴുതുന്ന കാര്യം സാറ് ഏറ്റാമതി. അച്ചടിപ്പിക്കുന്ന കാര്യം ഞാനേറ്റു." - രാജേഷ് തറപ്പിച്ചു പറഞ്ഞു.

പ്രശോഭ് തലകുലുക്കിയപ്പോൾ, രാജേഷും അജയനും അടുത്ത ഗ്ലാസ് നിറച്ചു.

നേരനുഭവങ്ങളെ പ്രശോഭ് കടലാസിലേക്ക് പകർത്താൻ രണ്ടു ദിവസം എടുത്തു. സംശയങ്ങളോ, ആശങ്കകളോ ഒന്നും എഴുത്തിൽ തടസ്സം പറയാൻ വന്നില്ല. ഉറുമ്പിൻകൂട്ടത്തെപ്പോലെ കാര്യങ്ങളോരോന്നും ചിട്ടയായി കടന്നുവന്നു. പൊട്ടിയമ്മയും രമണിയും മുറ്റത്തെ മാവും, അതിലെ അണ്ണാറക്കണ്ണന്മാരും പീണിക്കിളികളുമെല്ലാം പേനത്തുമ്പിലൂടെ ദയാപൂർവ്വം ഇറങ്ങിപ്പോന്നു.

എഴുതിക്കഴിയുമ്പൊ മനസ്സ് കഴുകിത്തുടച്ചപോലെ വെടിപ്പാകുമെന്ന് പ്രശോഭ് കരുതി. അതാണ് അജയനും രാജേഷും നിർബ്ബന്ധിച്ചപ്പോൾ അമാന്തിക്കാതെ എഴുത്തിലേക്ക് ഇറങ്ങിയതും. പക്ഷേ, കാര്യങ്ങൾ വിചാരിക്കുംപോലെ ആകാറില്ലല്ലോ.

കൈയിൽ കിട്ടിയതെല്ലാം ബാഗിലാക്കി, നഗരത്തിലേക്കുള്ള വൈകിട്ടത്തെ ബസിനായി അക്ഷരാർത്ഥത്തിൽ ഓടുകയായിരുന്നു

അയാൾ. ബംഗ്ലാവിന്റെ താക്കോൽ ഭദ്രമായി ഒരിടത്തു വയ്ക്കാമെന്നും ലക്ഷ്മണനെ പിന്നാലെ വിളിച്ചറിയിക്കാമെന്നും അയാൾ തീരുമാനിച്ചു.

ബസിലിരിക്കുമ്പോൾ ധൃതിക്കിടയിൽ *സൈബീരിയ*യുടെ കൈയെഴുത്തു പ്രതി എടുക്കാൻ വിട്ടുപോയ കാര്യം ഓർത്തു. അത്തരമൊരു ഓർമ്മപ്പിശകിൽ അയാൾക്ക് തെല്ലും കുറ്റബോധം തോന്നിയതുമില്ല.

ആ ആഴ്ചയുടെ അവസാനത്തിലൊന്നിൽ രമ്യയുമൊത്ത് ന്യൂബുക്സിൽ കയറിച്ചെല്ലുമ്പോൾ വിൻസെന്റ് അതിശയത്തിന്റെ ചില്ലുവാതിൽ തുറന്നുവച്ചു.

"ഞാനീ കാണുന്നത് സത്യമെന്ന് വിശ്വസിക്കാം?"

"വിശ്വസിക്കാതെ പറ്റുമോ?"

"അതെന്തായാലും നല്ലൊരു വാർത്ത തന്നെ. അതിരിക്കട്ടെ നോവൽ പൂർത്തിയായോ?"

പ്രശോഭ് ഉവ്വെന്നോ ഇല്ലന്നോ പറയാതെ ചിരിക്കുകമാത്രം ചെയ്തു.

"ഒടുവിൽ കാണുമ്പോൾ പ്രശോഭ് ഒരു കാര്യം പറഞ്ഞിരുന്നില്ലേ. അതിലെ നായകൻ അച്ചാച്ചന്റെ ശവകുടീരവും ഒസ്യത്തും തേടിപ്പോകുന്നുണ്ട്. അത് അയാളുടെ കൈയിൽ കിട്ടണമോ, വേണ്ടയോ എന്ന കാര്യത്തിൽ ഇനിയും തീരുമാനമെടുക്കേണ്ടതുണ്ടെന്ന്. നോവലിൽ എന്താ സംഭവിച്ചത്?"

"അയാൾക്കത് കണ്ടെത്താതിരിക്കാനാവില്ലല്ലോ വിൻസെന്റേ"

വിനയചന്ദ്രന്റെ പത്രാധിപത്യത്തലിറങ്ങുന്ന *കനിവി*ലാണ് പ്രശോഭ് പൂങ്കാവനത്തിന്റെ 'മുയൽവേട്ട' എന്ന കഥ അച്ചടിച്ചുവന്നത്. വാരികയുടെ പകുതിയിലധികം പേജുകൾ 'മുയൽവേട്ട' അപഹരിച്ചിരുന്നു. അനുഭവങ്ങളുടെ തീക്ഷ്ണതയുള്ള ഇക്കഥയ്ക്കായി മറ്റ് പതിവ് വിഭവങ്ങളെല്ലാം മാറ്റിവച്ചതിൽ കുറ്റബോധം തോന്നുന്നില്ലെന്നും, വായനക്കാർക്ക് കഥ വായിക്കുമ്പോൾ അത് ബോദ്ധ്യമാകുമെന്നുമുള്ള ഒരു കുറിപ്പും പത്രാധിപരുടേതായി 'മുയൽവേട്ട'യ്ക്ക് മുമ്പിൽ ഉണ്ടായിരുന്നു.

അനുബന്ധം:-

ഭൂമിയിൽത്തന്നെ നടക്കുന്ന കഥകൾ

എ ജി ഒലീന

എഴുതുന്നതിലെല്ലാം എഴുത്തുകാരുടെ തത്ത്വചിന്തയുണ്ടാകുമെന്നു പറഞ്ഞത് മോപ്പസാങ്ങാണ്. വാക്കുകളുടെ ആന്തര രസതന്ത്രമറിയുന്ന ഒരു എഴുത്തുകാരനോ എഴുത്തുകാരിക്കോ അവരവരുടെ തത്ത്വചിന്തയെ തിരിച്ചറിയുവാനും വായിക്കുവാനും നീണ്ട വർണ്ണനകളോ, പ്രസ്താവനകളോ ആവശ്യമില്ല. സാർത്ഥകമായ ഒരൊറ്റ പ്രയോഗത്തിലൂടെപ്പോലും അതു നല്ല വായനക്കാരിലെത്തുന്നു.

എസ് ആർ ലാലെന്ന ചെറുകഥാകാരന്റെ തത്ത്വചിന്ത. ആദ്യസമാഹാരത്തിൽത്തന്നെ മലയാള വായന തിരിച്ചറിഞ്ഞതാണ്. 2002 ൽ നമ്മുടെ മുന്നിലെത്തിയ ആദ്യസമാഹാരമായ *ഭൂമിയിൽ നടക്കുന്നു*വിന്റെ ശീർഷകം തന്നെ പ്രഥമസാക്ഷ്യം. 1953 ൽ കെ ടി മുഹമ്മദിന്റെ ഒരു നാടകം നമുക്കു കിട്ടിയിട്ടുണ്ട്. *ഇതു ഭൂമിയാണ്* എന്ന ശീർഷകത്തിൽ. 'പുതിയ ആകാശത്തിന്റേയും 'പുത്തൻ ഭൂമി' യുടെയും സങ്കല്പത്തിൽ സഞ്ചരിച്ചുകൊണ്ടിരുന്ന മലയാളനാടകഭൂമിയിൽ, ആകാശവും ഭൂമിയുമില്ലാത്തവർക്കായി 'ഭൂമിയും ഭൂമിക' യും നിർമ്മിക്കാൻ ശ്രമിക്കുകയായിരുന്നു കെ ടി മുഹമ്മദ്. ഭൂമിയവിടെ ജീവിതഭൂമിയാകുന്നു. നമ്മുടെ മനുഷൻ ജീവിക്കുന്ന ഈ ഇടം ഭൂമിയാണെന്നും ഭൂമി തന്നെയാണെന്നും ഭൂമി മാത്രമാണെന്നും ജീവിതയാഥാർത്ഥ്യങ്ങളുടെ പച്ചയിൽ നിന്നുകൊണ്ട് കെ ടി തൊട്ടുകാണിക്കുകയായിരുന്നു. അവിടെ നിന്നും അഞ്ചിലേറെ പതിറ്റാണ്ടുകൾക്കപ്പുറം നിന്നുകൊണ്ട് ചെറുകഥയുടെ തത്ത്വശാസ്ത്രം നിർദ്ധാരണം ചെയ്യുന്ന ലാലിനെപ്പോലുള്ള എഴുത്തുകാരൻ അഭിസംബോധന ചെയ്യുന്ന 'ഭൂമി'യാകട്ടെ അവ്യാഖ്യേയമായ അർത്ഥമാനങ്ങളാണ് തേടുന്നത്. *ഭൂമിയിൽ നടക്കുന്നു* വെന്ന ലാലിന്റെ സമാഹാരത്തിൽ 'ഭൂമിയിൽ നടക്കുമ്പോൾ' എന്നൊരു കഥയുണ്ട്. കാലുറപ്പിച്ചു

നടക്കാൻ ഭൂമിപോലുമില്ലാതാകുന്ന ആത്യന്തികതകളിൽ, ഭ്രമകല്പനയിൽ അഭയം തേടുന്ന വർത്തമാന മനുഷ്യന്റെ നിസ്സഹായതയും വിഹ്വലതയും അതിൽ വെളിപ്പെടുന്നു. നിത്യജീവിതയാഥാർത്ഥ്യങ്ങളെ അതീവ യുക്തിയോടവതരിപ്പിച്ചുകൊണ്ടുതന്നെയാണ് ഒരു പ്രഹേളികാപാഠത്തിലേക്ക് ആ കഥ വികാസം പ്രാപിക്കുന്നത്.

എഴുത്തുവഴിയിൽ തുടർന്നിങ്ങോട്ടുള്ള സഞ്ചാരഗതിയിലുടനീളം ഭൂമിയിൽ ഉറച്ചു നടക്കുന്ന ഒരെഴുത്തുകാരനെ നമ്മൾ തിരിച്ചറിഞ്ഞിട്ടുണ്ട്. ആഖ്യാനകലയുടെ പരീക്ഷണാത്മകതകൊണ്ടും വ്യതിരിക്തതകൊണ്ടും ശ്രദ്ധേയമായ ഏഴുകഥകൾ ചേർന്നൊരുക്കിയ *എറണാകുളം സൗത്ത്* എന്ന കഥാസമാഹാരം ഇപ്പോൾ നമ്മുടെ മുന്നിലുണ്ട്. കഥയുടെ വിനിമയതന്ത്രത്തിൽ പ്രകടമായ മാറ്റം വന്നു കഴിഞ്ഞ മലയാളകഥയിൽ ആഖ്യാനത്തിൽ വ്യത്യസ്ത പുലർത്തുക എന്നത് ഇന്ന് ഓരോ കഥാകാരന്മാരും/ കഥാകാരികളും നേരിടുന്ന പ്രധാന വെല്ലുവിളിയാണ്. വിപണി കേന്ദ്രിതമായ സാമൂഹികബോധത്തിന്റെ അടിയടരുകൾ അബോധപൂർവ്വമായി നമ്മുടെ കഥയിൽ സ്ഥാനം പിടിച്ചു കഴിഞ്ഞിട്ടുണ്ട്. സർഗ്ഗാത്മകഭാഷ സംവാദാത്മകമായപ്പോഴൊക്കെ സാമൂഹികബോധത്തിന്റെ വ്യാകരണത്തിനെന്തു സംഭവിക്കുന്നുവെന്നും ഇന്നു നമ്മൾ കഥയുടെ വഴിയിൽ അന്വേഷിച്ചുകൊണ്ടിരിക്കുന്നു.

ഇത്തരം വെല്ലുവിളികളെ നേരിട്ടുകൊണ്ടുതന്ന സംസ്കാരത്തിന്റെയും ചരിത്രത്തിന്റെയും സൂക്ഷ്മസ്ഥലികളെയും മനുഷ്യസത്തയെയും മോചിപ്പിക്കാനുള്ള നൈതിക ജാഗ്രത പുലർത്തുന്ന ചുരുക്കം കഥകളും നമ്മുടെ മുന്നിലെത്തുന്നുണ്ട്. അത്രയും ആശ്വാസം. കമ്പോളസൗന്ദര്യബോധത്തിന്റെ അതിരുകളെ ഭേദിച്ചുകൊണ്ട് വർത്തമാന മനുഷ്യാവസ്ഥയെ വിമർശനാത്മകമായി നേരിടാനുള്ള തീവ്രപരിശ്രമമാണ് *എറണാകുളം സൗത്തി*ലെ കഥകളെ വ്യത്യസ്തമാക്കുന്നത്. മനുഷ്യജീവിത വ്യവഹാരങ്ങളിൽ വന്നുചേർന്നിട്ടുള്ള അമ്പരപ്പിക്കും വിധമുള്ള വ്യതിയാനങ്ങളെ ഭാഷയിൽ സന്നിവേശിപ്പിക്കാനുള്ള ശ്രമകരമായ ദൗത്യം സത്യസന്ധതയോടെ ഏറ്റെടുക്കുമ്പോൾ, അത്തരം കഥകൾ ആഖ്യാന പരീക്ഷണങ്ങളായിത്തീരാറുണ്ട്. അത്തരമൊരു പരീക്ഷണ സാദ്ധ്യതയാണ് *കാരുണ്യ ഹോസ്പിറ്റൽ* മുന്നോട്ടുവയ്ക്കുന്നത്. വേരിൽ നിന്നും പൂവിലേക്കെന്നപോലെ നമ്മുടെ സംസ്കാരത്തിന്റെ സർവ്വ വ്യവഹാരിക ബന്ധങ്ങളിലും ഉപഭോഗത്തിന്റെ നിരാർദ്ര സംസ്കാരം പടർന്നുകയറുന്നതിന്റെ സന്ദേശം അതീവ നിസ്സംഗമായിട്ടാണ് കഥയിൽ നിറയുന്നത്.

കാരുണ്യത്തിന്റെ അവസാനകണികയും വറ്റിപ്പോയ ഡോ. ആന്റണിയും നിർജ്ജീവിത സ്ഥായീഭാവമായിട്ടേറ്റെടുത്ത കാരുണ്യ ഹോസ്പിറ്റലും നിസ്സഹായതയുടെ നിർണ്ണായക മുഹൂർത്തത്തിൽ ഡോ. ആന്റണിയിൽ പിതൃസാന്നിദ്ധ്യം തേടുന്ന നീനയെന്ന പതിമൂന്നുകാരിയും അവളുടെ കൂട്ടുകാരൻ അനിലും നമ്മുടെ മുന്നിൽ അഭ്രപാളികളിലെന്നോണം

സുവ്യക്തമായി തെളിഞ്ഞുനില്ക്കുകയാണ്. ആഖ്യാനവഴിയിലൊരിടത്തും തുടർച്ചയില്ലാതെ, കഥയെന്ന വ്യവഹാരം അതിന്റെ സംവാദ സാദ്ധ്യത നിലനിർത്തുന്നതെങ്ങനെയെന്നു ഈ കഥ നമ്മോടു പറയുന്നു. കഥയുടെ വ്യവഹാരിക മണ്ഡലം നിരന്തരം പരിണാമവിധേയമായിക്കൊണ്ടിരിക്കുന്നുവെന്നു പറയുമ്പോഴും കഥ പറച്ചിലിൽ 'കൈയടക്ക' ത്തിനുള്ള സാദ്ധ്യത എപ്പോഴും അനിവാര്യമെന്നും സൂചിപ്പിക്കുന്നു. മനസ്സുകൾ മരുഭൂമികളായി മാറിയ വറുതിയുടെ വന്യകാലത്തെ ചിത്രണം ചെയ്യാൻ നിരാർദ്രതയുടെയും നിസ്സംഗതയുടെയും ഭാഷ മാത്രമേ പോരൂയെന്നു ലാലിനു നല്ല ബോദ്ധ്യമുണ്ട്. അത് *കാരുണ്യ ഹോസ്പിറ്റലിലും എറണാകുളം സൗത്തിലും നാട്ടിടവഴിയിലും* അനുവാചകർ തിരിച്ചറിയുകയും ചെയ്യും. മനുഷ്യത്വത്തിനായുള്ള അവസാന പിടച്ചിലും അർത്ഥരഹിതമാണെന്ന അഭിനവ മാനവദർശനത്തിന്റെ ഭാഷ്യമായി 'ശരീരഭാഷ' യിലെ കള്ളന്റെ വേറിട്ട ചിന്തകൾ കഥാരൂപം പ്രാപിക്കുന്നു.

ലോകത്തെ എല്ലാ അപ്പന്മാർക്കും മാതൃകയായി സ്വീകരിക്കാവുന്ന തങ്ങളുടെ അപ്പനും ഒരു ഭാരമായിത്തീർന്നാൽ എന്താണ് ചെയ്യേണ്ടതെന്ന കാര്യത്തിൽ മകൻ ടോജോയ്ക്കോ മരുമകൻ ജോയിക്കോ ആശങ്കയേതുമില്ല. അച്ഛന്റെ ജീവിതത്തിലെ ഏക പ്രലോഭനമായ 'നാടകം' തന്നെയവർ അപ്പന്റെ ജീവിതനാടകത്തിനു കർട്ടനിടാനും പ്രയോജനപ്പെടുത്തുന്നു. അങ്ങനെ അപ്പന്റെ ജീവിതം കൊണ്ടൊരു *കർണ്ണപർവ്വം* പൂർത്തിയാക്കുന്നു. മഹാത്യാഗത്തിന്റെ കർണ്ണപർവ്വത്തിനും നിരാശ്രയരായവരുടെ അഭയകേന്ദ്രങ്ങളായ 'ആശ്രയഭവനുകൾ' ക്കും കാരുണ്യവാരിധികളായ 'കാരുണ്യഹോസ്പിറ്റ' ലുകൾക്കും നവഭാഷ്യം ചമയ്ക്കുന്ന ആഖ്യാനകലയുടെ ചാരുത ഈ സമാഹാരത്തിലെ ഓരോ കഥയും വേറിട്ട വായനയുടെ പ്രേരണയാകുന്നു. ആഖ്യാനകലയെ പരീക്ഷണങ്ങൾകൊണ്ട് നവീകരിക്കാൻ ശ്രമിച്ചുകൊണ്ടിരിക്കുന്ന വർത്തമാന മലയാള കഥാകാലത്ത് എസ് ആർ ലാലിന്റെ കഥകൾ ആഖ്യാനത്തിന്റെ സഹജവും സാന്ദ്രവുമായ വഴികളാണ് സ്വാഭാവികമായും തേടുന്നത്. കാരണം ഈ കഥകൾ ഭൂമിയിൽ നടക്കുന്നുവെന്നതു തന്നെയാണ്. കാരുണ്യ ഹോസ്പിറ്റലും ആശ്രയഭവനും കർണ്ണപർവ്വവും വാക്കിന്റെ വഴിയിൽ വിപരീതഹാസ്യത്തിന്റെ അർത്ഥസാന്ദ്രതയായി നമ്മളറിയുന്നു. ആഖ്യാനത്തിൽ അഭിജാതഗൗരവം പുലർത്തുമ്പോഴും ഹാസ്യത്തിന്റെയും പരിഹാസോക്തിയുടെയും സാദ്ധ്യത ആരായുന്ന ആഖ്യാനകല. അതും കൃത്യമായ സ്ഥലരാശികളിൽ ദൃശ്യാഖ്യാനത്തിന്റെ സാദ്ധ്യതകൾ സാഹസികമായിത്തന്നെ ആരായുകയും ചെയ്യുന്നു. രചനയുടെ ലോകം യന്ത്രം കൈയടക്കിയ വർത്തമാനകഥയിൽ ആഖ്യാനത്തിന്റെ അടരുകളിലെല്ലാം യന്ത്രഭാവനയുടെ സാന്നിദ്ധ്യം അനുവാചകനെ അലോസരപ്പെടുത്തുകയോ മുറിപ്പെടുത്തുകയോ ചെയ്തുകൊണ്ടിരിക്കുന്നു. പരീക്ഷണത്തിന്റെ അർത്ഥമല്ല കഥയുടെ കാതൽ; ഉൾക്കാഴ്ചയുടെ അർത്ഥമാണതെന്നു നമുക്കറിയാം. യുക്തമായ ഛന്ദസ്സിൽ കവിത

വാർന്നു വീഴുമ്പോലെ കഥയിൽ ആഖ്യാനകല ഉള്ളടക്കത്തിന്റെ ജൈവ ഭാഗമായി രൂപംകൊള്ളുകയാണ്. അത് കഥയുടെ അനിവാര്യഭാഗവുമാണ്.

ഉൾക്കാഴ്ചയുടെ തീക്ഷ്ണതയാൽ ജീവിതത്തിന്റെ വ്യത്യസ്തവശങ്ങളിലേക്ക് വെളിച്ചം പകരുന്ന ഈ കഥകളിൽ ചിലേടത്തെങ്കിലും കഥയുടെ രസതന്ത്രത്തിന്റെ സൂക്ഷ്മസ്ഥലികളും അന്വേഷണവിധേയമാകുന്നു. ആവിഷ്കാര കലയുടെ മാസ്മരികതയെ സംബന്ധിച്ചു നമ്മൾ സൂക്ഷിച്ചുപോരുന്ന മിഥ്യാധാരണകളുടെ പൊളിച്ചെഴുത്തായി 'ശരീരഭാഷ'യിലെ കള്ളന്റെ വിവരണത്തെ നമുക്കു വായിക്കാം. 'രഘുതിരുപുറം' എന്ന പേരിൽ ദിനപത്രങ്ങളിൽ പതിവായി കത്തുകളെഴുതുന്ന ഭാഷാവിദഗ്ദ്ധനായ, പത്താംതരം തോറ്റ തസ്കരൻ, ഒരു നിർണ്ണായക നിമിഷത്തിൽ ജീവിതം മുറുകെ പിടിച്ചു ഓടുമുമ്പ്, സന്ദിഗ്ദ്ധാവസ്ഥ ബോദ്ധ്യപ്പെടുത്താൻ 'ഭാഷയപൂർണ്ണ'മായി നില്ക്കുന്നു. *സൈബീരിയ* എന്ന നോവലിന്റെ രചനയ്ക്കായി പറ്റിയ താമസസ്ഥലമന്വേഷിച്ചു പോകുന്ന പ്രശോഭ് പൂങ്കാവനം എന്ന ഇക്കാലത്തെ ഒരു കഥാകാരന്റെ രചനാവേളയിലെ ആകുലതകൾ പങ്കുവയ്ക്കുന്ന കഥയാണ് ' കിണറ്റിനകത്തെ മഴവില്ല്.' എഴുത്തു വഴികളിൽ സ്വന്തം വീട്ടുമുറ്റങ്ങളിലെ മഴവില്ലുകാണാതെ കഥയുടെ ചരടന്വേഷിച്ചു അപ്രാപ്യലോകങ്ങളിലലയുന്ന എഴുത്തുകാരെ നമുക്കോർക്കാം. ഒടുവിൽ ഭൂതമടക്കിയെന്ന കുഗ്രാമത്തോടു യാത്ര പറയുന്ന പ്രശോഭിന്റെ 'മുയൽവേട്ട' യെന്ന കഥ വർദ്ധിച്ച പ്രാധാന്യത്തോടെ അച്ചടിച്ചുവരുമ്പോൾ ഒമ്പതു ദീർഘഖണ്ഡങ്ങളിൽ വികസിക്കുന്ന 'കിണറ്റിനകത്തെ മഴവില്ലെ'ന്ന കഥ പൂർത്തിയാകുന്നു. ജീവിതത്തിന്റെയും കാലത്തിന്റെയും നഗ്നവും തീവ്രവുമായ യാഥാർത്ഥ്യങ്ങളോടു പുറം തിരിഞ്ഞുനില്ക്കുകയും ചുറ്റുമുള്ള ജീവിതങ്ങളെ നിരാകരിക്കുകയും ചെയ്യുന്ന എഴുത്തുവഴിയിലെ ജാഡകളും കാപട്യങ്ങളും ദീർഘമായ ഈ കഥാഖ്യാനത്തിൽ നമ്മൾ തിരിച്ചറിയുന്നു. പാകിസ്ഥാനിലെ ഭീകരപ്രസ്ഥാനങ്ങളും അമേരിക്കയിലെ ഇന്ത്യൻ വംശജരുടെ ജീവിതവും തന്റെ നോവലുകൾക്കു വിഷയമാക്കിയ പ്രശോഭിന്റെ പുതിയ കൃതി *സൈബീരിയ* റഷ്യൻ ജീവിത പരിച്ഛേദമാണെന്നദ്ദേഹം അവകാശപ്പെടുന്നു. ഭൂതമടക്കിയിലെ ഒരു പൊട്ടക്കിണറ്റിൽ വീണ എഴുത്തുകാരന് പതിനഞ്ച് ദിവസത്തെ കിണറ്റിലെ വാസം നല്കിയ തിരിച്ചറിവ് കഥയുടെ രസതന്ത്രത്തെക്കുറിച്ചുള്ള അറിവായും മാറുന്നു. എഴുത്തും എഴുത്തിലെ പ്രതിബദ്ധതയെന്ന് പറഞ്ഞു പഴകിയ ആശയവും പുതിയ കാലത്തിന്റെ സാംസ്കാരിക പരിപ്രേക്ഷ്യത്തിൽ സൂക്ഷ്മവിശകലനം ചെയ്യുന്ന കഥയായി മാറുകയാണ് 'കിണറ്റിനകത്തെ മഴവില്ല്.' എഴുത്തിന്റെ രസതന്ത്രത്തെ സംബന്ധിക്കുന്ന സൈദ്ധാന്തികചിന്തകൾക്കു സാഹിത്യഭാവനയിൽ ഉത്തരം കണ്ടെത്താനുള്ള ശ്രമമായും എസ് ആർ ലാലിന്റെ ശരീരഭാഷയും കിണറ്റിനകത്തെ മഴവില്ലുമുൾപ്പെടെയുള്ള കഥകൾ കാണേണ്ടതുണ്ട്. അതോടൊപ്പം സ്ഥലകാലരാശികളിൽ നടത്തുന്ന

നിത്യാന്വേഷണമെന്ന നിലയിൽ കഥയിവിടെ, സ്ഥലരാശിയിൽ നിർമ്മിക്കുന്ന ലോകചിത്രമായും മാറുന്നു. 'കഥയിലേക്കുള്ള പാതകൾ' എന്ന ആമുഖക്കുറിപ്പിൽ ലാലെഴുതുന്നുണ്ട് "കഥയെ സ്ഥലവുമായി ഘടിപ്പിക്കേണ്ടി വരുമ്പോഴെല്ലാം പരിചിതമായ നാട്ടുവഴിയിലൂടെയോ ഇടറോഡിലൂടെയോ നഗരനിരത്തിലൂടെയോ ഞാനൊരു സഞ്ചാരം നടത്തുന്നുണ്ട്. എന്റെ കഥയിലേക്കുള്ള വഴികൂടിയായിത്തീരുന്നുണ്ടാകണം അത്" എന്ന്. സ്ഥലത്തെത്തന്നെ അടയാളപ്പെടുത്തിക്കൊണ്ടുള്ള 'എറണാകുളം സൗത്ത്' എന്ന ശീർഷകവും ശീർഷകക്കഥയും ഇതേ സങ്കല്പത്തിന്റെ സൂക്ഷ്മ പ്രതിനിധാനമാകുന്നു.

ഈ കഥകൾ നമുക്കുവെറും വായനയ്ക്ക് നിന്നു തരുന്നില്ല. ഓരോ കഥയും സമകല ജീവിതസമസ്യകളുടെ സൂക്ഷ്മ രാഷ്ട്രീയം പങ്കുവയ്ക്കുന്ന ലോകചിത്രം നമുക്കു മുന്നിൽ തുറന്നിടുന്നു.

അവിടെ ഭൂമിയിൽ നില്ക്കാനുള്ള ശ്രമങ്ങൾ പരാജയപ്പെടുമ്പോൾ, നിസ്സഹായതയുടെ മുങ്ങാങ്കുഴികളിൽ വീണുപോകുമ്പോൾ നടക്കാൻ പോയിട്ട് നില്ക്കാൻപോലും ഒരിടവും ഈ ഭൂമിയിലവശേഷിപ്പിക്കുന്നില്ല എന്ന തീക്ഷ്ണ യാഥാർത്ഥ്യം ഏറ്റുവാങ്ങുന്ന വിചിത്ര സ്ഥലികളെ നമ്മൾ അഭിമുഖീകരിക്കുകയും ചെയ്യുന്നു.

അനുബന്ധം:-

എഴുത്തിലെ നിഗൂഢത ക്രിമിനലിസമാണ്

എസ് ആർ ലാൽ/ഡോ. കെ ബി ശെൽവമണി

കഥ പെയ്ത് നിറയുന്ന കണ്ണുകളും നിഷ്കളങ്കമായ ചിരിയുമായി കഥയുടെ ചെറുവഴികളിലൂടെ യാത്ര ചെയ്യുന്ന ലാൽ വായനക്കാരുടെ നല്ല സുഹൃത്തുക്കളിലൊരാളാണ്. അമ്പരപ്പിക്കുന്ന വാർത്തകളോ ത്രസിപ്പിക്കുന്ന വിസ്മയ പ്രമേയങ്ങളോ ലാലിനൊപ്പം ചേർന്നുനില്ക്കാറില്ല. മനുഷ്യജീവിതത്തിന്റെ ഇത്തിരിനേരങ്ങളിൽ സംഭവിക്കുന്ന ആകുലതകൾക്കൊപ്പമാണ് ലാലിലെ കഥാകൃത്ത്. കാരുണ്യരഹിതമാകുന്ന ജീവിതത്തിന്റെ ഉൾച്ചൂടുകളെയാണ് ലാൽ കഥകളിലേക്ക് പകർന്നുവയ്ക്കുന്നത്. 'അന്യമതസ്ഥർ മൃതദേഹം കാണാതെ സഹകരിക്കണം' എന്ന ബോർഡ് തൂങ്ങുന്ന ഒരു മരണവീട് ലാലിന്റെ കഥയിലുണ്ട്. കൊടുംഭീതിയോടെ മാത്രമേ വായനക്കാർക്ക് ആ വീട് വായിച്ചെടുക്കാൻ കഴിയൂ. ഒളിഞ്ഞിരുന്ന ജാതിരൂപങ്ങളൊക്കെ തെരുവിലും ഒപ്പം വീടുകളിലും തെളിഞ്ഞ് തുടങ്ങുന്നത് ഭയത്തോടെ മാത്രമേ കാണാൻ കഴിയൂ. പറയാൻ മടിച്ചിരുന്നതും ചെയ്യാൻ അറച്ചിരുന്നതുമായ കാര്യങ്ങളൊക്കെ ഇന്ന് സംഭവിച്ച് കഴിഞ്ഞിരിക്കുന്നു. ',ഷാഖ' പോലുള്ള കഥയിൽ ഇത് കൂടുതൽ തെളിഞ്ഞുവരുന്നുണ്ട്. ഷാഖ എന്ന വാക്കിൽ ഒളിഞ്ഞിരിക്കുന്ന ഭീതിയുടെ ലോകം ഈ കഥയിൽ തെളിഞ്ഞ് മിന്നുന്നുണ്ട്. മുതിർന്നവരിലും കുട്ടികളിലും ഒരുപോലെ സമ്മതി നേടിയെടുത്ത ലാൽ മലയാളകഥയിലെ സൗമ്യസാന്നിദ്ധ്യമാണ്.

ആദ്യരചനയുടെ പ്രചോദനമെന്തായിരുന്നു?

ഡിഗ്രി വിദ്യാഭ്യാസത്തിനായി ഞാനെത്തിയത് തിരുവനന്തപുരത്തെ യൂണിവേഴ്സിറ്റി കോളേജിലായിരുന്നു. എന്റെ ഗ്രാമത്തിൽനിന്നും ഇരുപതിലധികം കിലോമീറ്റർ ദൂരമുണ്ട് തിരുവനന്തപുരമെന്ന നഗരത്തിലേക്ക്.

അവിടേക്ക് യാത്രാസൗകര്യങ്ങൾ കുറവായിരുന്നു. രാവിലെ ഉദ്യോഗസ്ഥർക്കും വിദ്യാർത്ഥികൾക്കുമൊക്കെ സഞ്ചരിക്കാൻ രണ്ടോ മൂന്നോ ബസേയുള്ളൂ. പൊതുഗതാഗതത്തെയാണ് അന്ന് എല്ലാവരും ആശ്രയിക്കുന്നത്. നിരത്തുകളിലേക്ക് ഇത്രയും വാഹനങ്ങളൊന്നും വന്നുപെടാത്ത കാലം.

നഗരം എനിക്കന്ന് അത്ഭുതമാണ്. വളരെ കുറച്ചു പ്രാവശ്യമേ നഗരത്തോട് ചങ്ങാത്തം കൂടാനായിട്ടുള്ളൂ. ചുറ്റും കണ്ണു തുറന്നുവച്ചാണ് യാത്ര. ക്രമേണ നഗരം എനിക്ക് വഴങ്ങുന്നതായി തോന്നിയിട്ടുണ്ട്, പൂർണ്ണതോതിലല്ലെങ്കിലും.

നഗരത്തിലേക്കുള്ള യാത്രയ്ക്കിടയിൽ സ്ഥിരമായി വന്നുപെടുന്ന ഒരു കാഴ്ചയുണ്ടായിരുന്നു. ബസ് ഇഴഞ്ഞുനീങ്ങുന്ന കയറ്റമാണ് അവിടെ. റോഡിന് ഇടതുവശത്തായി ഒരു വീടുണ്ട്. ചുറ്റും ധാരാളം വീടുകളിരിപ്പുണ്ടെങ്കിലും ഇതൊരു ഒറ്റപ്പെട്ട തുരുത്തായി തോന്നും. ആ വീട്ടിൽ പതിവായി ഒരു ഭാര്യയും ഭർത്താവും ഇരിപ്പുണ്ടാകും. അവർ റോഡിൽ കണ്ണും നട്ടിരിക്കും. ഇരുവരും പരസ്പരം സംസാരിക്കുന്നത് എന്റെ കാഴ്ചപ്പുറത്ത് കണ്ടിട്ടില്ല. മദ്ധ്യവയസ്സുപിന്നിട്ട അവരായിരുന്നു എന്റെ ആദ്യം പ്രസിദ്ധീകരിച്ച കഥയിലെ കഥാപാത്രങ്ങൾ. കുട്ടികളില്ലാത്ത രണ്ടുപേരായി അവരെ ഞാൻ സങ്കല്പിച്ചെടുത്തു. അവരുടെ സമീപം കുഞ്ഞുടുപ്പുകൾ വില്ക്കാൻ വരുന്ന ഒരു കച്ചവടക്കാരൻ പ്രത്യക്ഷപ്പെടുന്നു.... സമാനമായ ദുഃഖം പേറുന്ന ഒരാളുടെ കാഴ്ചപ്പാടിലൂടെ അവരെ അവതരിപ്പിക്കാനാണ് 'കറുത്തകസേരകൾ' എന്ന ആദ്യകഥയിൽ ശ്രമിച്ചത്.

ഡിഗ്രിക്ക് പഠിക്കുന്ന കാലത്ത് കലാകൗമുദി ഗ്രൂപ്പിൽനിന്നും കഥ മാസിക പുറത്തിറങ്ങിയിരുന്നു. ശ്രദ്ധേയമായ രീതിയിലായിരുന്നു അതിന്റെ പ്രസിദ്ധീകരണം. 'കറുത്ത കസേരകൾ' കഥമാസികയിലാണ് പ്രസിദ്ധീകരിച്ചുവന്നത്. അതിന് കാരണക്കാരനായത് യൂണിവേഴ്സിറ്റി കോളേജിലെ സുഹൃത്ത് വേണുഗോപനും- *മാതൃഭൂമി* ചാനലിലെ ഇന്നത്തെ വേണു ബാലകൃഷ്ണനും. വേണു അന്ന് മനോഹരമായി കഥയും കവിതയും എഴുതിയിരുന്നു.

പക്ഷേ, 'കറുത്തകസേരകൾ' എന്റെ കഥാസമാഹാരങ്ങളിലൊന്നും ഉൾപ്പെട്ടിട്ടില്ല. *സ്റ്റാച്യു പി ഒ* എന്ന പുതിയ നോവലിൽ എഴുത്തുകാരനാകാൻ ആഗ്രഹിക്കുന്ന ഒരു കഥാപാത്രമുണ്ട്. അയാളെഴുതുന്ന ആദ്യകഥയായി ഞാൻ കറുത്തകസേരകളെ മാറ്റിയിട്ടുണ്ട്.

ഇഷ്ടപ്പെട്ട എഴുത്തുകാരൻ, മാർഗ്ഗദർശിയായ എഴുത്തുകാരൻ- ഇത്തരമൊരു ചോദ്യത്തോടുള്ള പ്രതികരണമെന്താണ്?

ഇഷ്ടപ്പെട്ട എഴുത്തുകാരനായി ഒറ്റയാളെ പറയാൻ കഴിയില്ല. സ്കൂൾ വിദ്യാർത്ഥിയായിരുന്ന കാലത്ത് തീർന്നുപോകുമോ എന്ന് സങ്കടത്തിൽ വായിച്ച പുസ്തകം *ഒരു ദേശത്തിന്റെ കഥ* ആയിരുന്നു. എന്റെ

ഗ്രാമത്തിൽ നടക്കുന്ന കഥപോലെ എനിക്കത് തോന്നി. അത്ര ഹൃദ്യം, അത്ര ലളിതം, അത്രമേൽ പരിചിതം. എസ് കെയുടെ മിക്ക പുസ്തകങ്ങളും പിന്നീട് തേടിപ്പിടിച്ച് വായിച്ചു; കഥകളും യാത്രാവിവരണങ്ങളും എല്ലാം. ആദ്യം അത്ഭുതപ്പെടുത്തിയ മലയാള കഥാകൃത്ത് ഇന്നു നോക്കുമ്പോൾ എസ് കെ തന്നെ.

പിന്നീട് സ്വാധീനിച്ച കഥാകൃത്ത് സി വി ശ്രീരാമനാണ്. എന്തുകൊണ്ടെന്ന് പലവട്ടം ചിന്തിച്ചിട്ടുണ്ട്. ഞാനിപ്പോൾ കണ്ടെത്തുന്ന മറുപടി സി വി ശ്രീരാമൻ കഥകളിലെ ചരിത്രാവശിഷ്ടങ്ങളാണെന്നു തോന്നുന്നു. ചരിത്രത്തോട് വലിയ പ്രതിപത്തിയുണ്ടെനിക്ക്. ചരിത്രമായിരുന്നു ഞാൻ പഠിച്ച വിഷയം. വലിയ ഗിമ്മിക്കുകളൊന്നുമില്ലാതെ കഥ പറയുന്ന സി വി ശ്രീരാമൻ രീതി എനിക്കിഷ്ടമാണ്. ഒരാൾ ഒരു കഥ പറഞ്ഞുകൊടുക്കുന്ന പ്രതീതിയുണ്ട്. അതിലും പ്രധാനം അതിലെപ്പോഴും ഒരു കഥ പറയാനുണ്ടാകും എന്നതാണ്. അതായത് വായിച്ചുകഴിഞ്ഞാൽ മറ്റൊരാൾക്ക് പറഞ്ഞുകൊടുക്കാൻ പാകത്തിലുള്ള ഒരു കഥ.

രൂപത്തിലാണോ ഭാവത്തിലാണോ ശ്രദ്ധ- നവോത്ഥാനകാലത്ത് ഉയർന്ന ഈ ചോദ്യത്തിന് പുതിയ കാലം നല്കുന്ന മറുപടി എന്താണ്?

രണ്ടും വേണ്ടതുണ്ട് എന്ന അഭിപ്രായമാണ് എനിക്ക്. ഭാവപരമായും രൂപപരമായും കഥ ഏറെ മുന്നേറിക്കഴിഞ്ഞു. ഭാവത്തിനായി ഭാവവും രൂപത്തിനായി രൂപവും എന്ന മട്ടൊന്നുമില്ല. ഒരു കഥയുടെ പിറവിയിൽ തന്നെ ഇതു രണ്ടും കഥാകൃത്തിന്റെ ഉള്ളിൽ പിറവികൊള്ളുന്നുണ്ട്. ഓരോ വാക്കും പുതിയ കാലത്ത് വളരെ ശ്രദ്ധയോടെ പ്രയോഗിക്കപ്പെടുകയാണിന്ന്. ഇതുവരെ കഥ ആർജ്ജിച്ചെടുത്ത എല്ലാ സാദ്ധ്യതകളെയും കഥാകൃത്തുക്കൾ സൂക്ഷ്മമായി, ഭംഗിയോടെ ഉപയോഗിക്കുന്നുണ്ട്. സന്തോഷ് ഏച്ചിക്കാനത്തിന്റെ *ബിരിയാണി* പോലുള്ള കഥകൾ നവോത്ഥാനകാല കഥപോലെ വായിക്കാനാവുന്നത് അതുകൊണ്ടാണ്.

അതിലളിതമായി കഥ പറയുന്ന രീതിയോടാണ് പുതിയ വായനക്കാർക്ക് ഇഷ്ടം. രചനയെ നിഗൂഢതയിൽനിന്നും രക്ഷപ്പെടുത്തുന്ന സമ്പ്രദായത്തോട് യോജിക്കുന്നുണ്ടോ?

നിഗൂഢപ്രദേശങ്ങളിൽനിന്ന് എഴുത്തിനെ മോചിപ്പിച്ച തലമുറയാണ് ഇന്നുള്ളത്. നിഗൂഢവല്ക്കരണത്തെ ഉപാസിച്ചിരുന്നവരെയൊക്കെ വായനക്കാർ ഉപേക്ഷിച്ചുകഴിഞ്ഞു. വായനക്കാരനെ സംബന്ധിച്ചിടത്തോളം അയാളെ രസിപ്പിക്കാനും സന്തോഷിപ്പിക്കാനും ധാരാളം കാര്യങ്ങൾ ചുറ്റുമുണ്ട്. അതിനിടയിൽ അയാളുടെ ഏകാന്ത താല്പര്യംകൊണ്ട് സാഹിത്യം വായിക്കാനിരിക്കുമ്പോൾ അയാളെ വെറുപ്പിക്കുക എന്നാൽ അതൊരു സാംസ്കാരിക ക്രിമിനലിസമാണ്. അങ്ങനെ ചെയ്യുന്നവരെ വായനക്കാരൻ വായനാപരിസരത്തുനിന്നും ആട്ടിയോടിക്കും. വായന

ക്കാരെ ഒപ്പം കൂട്ടിനടത്തുക എന്ന പ്രക്രിയയാണ് ലളിതമായ എഴുത്തിലൂടെ പുതിയ എഴുത്തുകാരൻ ചെയ്യുന്നത്. അവിടെ വായനക്കാരനും എഴുത്തുകാരനും തമ്മിൽ ഈഗോയില്ല.

വാർദ്ധക്യകാല ജീവിതങ്ങളുടെ കഥ പറഞ്ഞ നര എന്ന സമാഹാരത്തിന്റെ എഡിറ്റർ എന്ന നിലയിലാണ് ഞാൻ ലാലിനെ ആദ്യമായി കേൾക്കുന്നത്. വാർദ്ധക്യകാലത്തിന്റെ വിഹ്വലതകളെ തുന്നിച്ചേർത്തൊരു പുസ്തകം എന്ന ആശയത്തിലേക്ക് വരുന്നതെങ്ങനെയാണ്.

സുഹൃത്തായ അരവിന്ദൻ തിരുവനന്തപുരത്തുനിന്നും 'അടയാളം' എന്ന പേരിൽ പുതിയൊരു പബ്ലിക്കേഷൻ ആരംഭിക്കുന്ന സമയം. അതിലേക്ക് ഒരു പുസ്തകം വേണം. പുതിയ പുസ്തകങ്ങളൊന്നും കൈയിലില്ല. അങ്ങനെയാണ് എഡിറ്റുചെയ്ത പുസ്തകത്തിലേക്ക് എത്തുന്നത്. വാർദ്ധക്യജീവിതം ആവിഷ്കരിക്കുന്ന കഥകൾ എന്ന ആശയം അരവിന്ദനും ഇഷ്ടപ്പെട്ടു. കോവിലൻ, മാധവിക്കുട്ടി, സി വി ശ്രീരാമൻ, സക്കറിയ തുടങ്ങി പതിനാറു പേരുടെ കഥകളാണ് അതിൽ ഉൾപ്പെടുത്താനായത്. അപൂർണ്ണമായൊരു ശ്രമമായിരുന്നു അത്. പല കഥകളും ഉൾക്കൊള്ളിക്കാനായില്ല. പത്തു വർഷത്തിനുശേഷം ലോഗോസ് ബുക്സ് പുസ്തകം വീണ്ടും പ്രസിദ്ധീകരിക്കുന്നുണ്ട്, അതേ മട്ടിൽത്തന്നെ. അതുമായി ബന്ധപ്പെട്ട് വേദനിപ്പിക്കുന്ന ഒരോർമ്മകൂടിയുണ്ട്. സി വി ശ്രീരാമനോട് കഥചോദിച്ചു കത്തയച്ചു. പിന്നാലെ ഫോണിൽ വിളിക്കുമ്പോൾ, വാർദ്ധക്യ ജീവിതം വരുന്ന കുറച്ച് കഥകളുടെ പേര് ഞാൻ തന്നെ പറഞ്ഞു. 'തെക്കോട്ടേക്കുള്ള യാത്രയ്ക്കിടയിൽ' എന്ന കഥ എടുത്തുകൊള്ളൂ എന്ന് അനുവാദം തന്നു. അതുകഴിഞ്ഞ് ആഴ്ചകൾക്കകം അദ്ദേഹം തെക്കോട്ടുള്ള യാത്രയ്ക്കൊരുങ്ങി.

ഈ കഥ ഇങ്ങനെ എഴുതാൻ പാടില്ലായിരുന്നുവെന്ന് സ്വയം വിമർശം നടത്തുന്ന എഴുത്തുകാർ നമുക്കിടയിലുണ്ട്. ഇത്തരമൊരു വിമർശനം ഏതെങ്കിലും ഒരു കഥയെക്കുറിച്ച് നടത്തിയിട്ടുണ്ടോ?

'ഒറ്റയ്ക്കു നില്ക്കുന്ന പെൺകുട്ടിയെ പ്രണയിക്കുന്നത് ആരാണ്?' എന്നൊരു കഥ ഞാൻ എഴുതിയിട്ടുണ്ട്. എഴുതിത്തുടങ്ങിയ കാലത്താണ്. മേതിൽ രാധാകൃഷ്ണന്റെ കഥകൾ വളരെ സ്വാധീനിച്ചിരുന്നു അക്കാലത്ത്. അതിന്റെ പിൻബലത്തിൽ എഴുതിയ കഥയായിരുന്നു. പലർക്കും അത് മനസ്സിലായില്ലെന്ന് പറഞ്ഞു. അതോടെ അത്തരത്തിലുള്ള എഴുത്തുനിർത്തി. മനസ്സിലാകാത്ത കഥകൊണ്ട് വായനക്കാരനുമുന്നിൽ ആളായിട്ട് എന്തുകാര്യം.

ഈ കഥയുടെ അവസാനഭാഗം ഇങ്ങനെ ആകാൻ പാടില്ലായിരുന്നു. മറ്റൊരുവിധത്തിൽ ആയിരുന്നുവെങ്കിൽ കൂടുതൽ മെച്ചപ്പെടുമായിരുന്നു. ഏതെങ്കിലുമൊരു രചനയെക്കുറിച്ച് ഇപ്രകാരം ഒരു വിചാരമുണ്ടോ?

കഥയുടെ അവസാനത്തെപ്പറ്റി ഏറെ ആലോചിക്കാറുണ്ട്. പലപ്പോഴും കഥയുടെ അവസാനം ആലോചിച്ചശേഷമേ എഴുതാൻ തുടങ്ങാറുള്ളൂ. അതിനാൽത്തന്നെ അവസാനം ഇങ്ങനെ വേണ്ടായിരുന്നു എന്ന തോന്നൽ ഉണ്ടായിട്ടില്ല.

ലാലിന്റെ കഥാപാത്രങ്ങളെല്ലാം അതിജീവനത്തിന്റെ വഴികളന്വേഷിക്കുകയാണ്. അതിനിടയിൽ അവർ പലപ്പോഴും ഇടറിപ്പോകുന്നുണ്ട്. അതിജീവനത്തിലേക്കുള്ള ശ്രമങ്ങൾ പരാജയപ്പെടുകയാണോ?

അതിജീവനത്തിനായി പൊരുതുന്നവരോടൊപ്പമുള്ളത് സാഹിത്യം മാത്രമാണ്. ലോകത്തെമ്പാടും സാഹിത്യം പൊരുതുന്ന, പൊരുതി പരാജയപ്പെട്ടുപോകുന്നവരോടൊപ്പമാണ്. ദൃശ്യങ്ങളുടെ ലോകം ഒട്ടുമിക്കവാറും വിജയിച്ചവരുടെ കഥകളാണ് പറയുക. നമ്മുടെ സിനിമകൾ ഉദാഹരണം. കാണാവുന്നതാണ്. നായക വിജയകഥകളാണല്ലോ അവ. പക്ഷേ, സാഹിത്യം പരാജയപ്പെട്ട മനുഷ്യന്റെ സങ്കീർത്തനങ്ങളായി നമുക്കു ചുറ്റുമുണ്ട്. അവന്റെ കണ്ണീരിലും വ്യസനത്തിലും ഒറ്റപ്പെടലിലും ചില്ലറ ആഹ്ലാദങ്ങളിലും അക്ഷരങ്ങളുടെ ഉയിർപ്പുകാണാം. അതിജീവനത്തിനുള്ള ശ്രമങ്ങൾ പറ്റേ പരാജയപ്പെടുമ്പോഴും അവയെ പിന്തുണയ്ക്കാനാണ് എഴുത്തുകാർ ശ്രമിച്ചുകൊണ്ടിരിക്കുന്നത്.

ലാലിന്റെ കഥകൾ കുടുംബത്തിനുള്ളിൽ കറങ്ങി നടക്കുകയാണ്. അവിടത്തെ പ്രശ്നങ്ങളും സങ്കീർണ്ണതകളും സംഘർഷങ്ങളുമൊക്കെയാണ് കഥ പകർന്നു നല്കുന്നത്. കുടുംബകേന്ദ്രിത രചനകളുടെ സഹയാത്രികൻ എന്ന് ലാലിനെ വിശേഷിപ്പിക്കാമെന്നു തോന്നുന്നു.

ലോകകാര്യങ്ങളെക്കുറിച്ച് പരിമിതമായ അറിവാണ് എനിക്കുള്ളത്. അടുത്തറിയുന്നിടങ്ങളിലൂടെയാണ് എന്റെ സഞ്ചാരം. എന്റെ എഴുത്തിന്റെ മുളകൾ പൊട്ടുന്നത് അവിടെയാണ്. അവിടെ എനിക്ക് കൂടുതൽ ആത്മവിശ്വാസത്തോടെ പെരുമാറാനാകും. ഓരോ വ്യക്തിയും ഓരോ കഥയാണ്, ഓരോ കുടുംബവും ഓരോ നോവലും. എഴുത്തിന് വിഭവങ്ങളന്വേഷിച്ച് അധികം നടക്കേണ്ടതില്ല. ഓരോ വ്യക്തിയേയും സസൂക്ഷ്മം പിന്തുടർന്നാൽ മതിയാകും. അടുത്തുകാണുന്ന ലോകംപോലും അകലേക്കകലേക്ക് തെന്നിമാറുന്നു എന്നതാണ് ഇപ്പോഴത്തെ ആകുലത.

എഴുത്തുകാരൻ എന്ന നിലയിലുള്ള സുരക്ഷിതജീവിതം അസാദ്ധ്യമാകുകയാണ്. എഴുത്തും നിലപാടും മിത്രത്തെപ്പോലും പ്രകോപിപ്പിക്കുകയാണ്. ഷാഖപോലുള്ള കഥയെഴുതിയതിന്റെപേരിൽ എന്തെങ്കിലും അനിഷ്ടകരമായി സംഭവിച്ചിട്ടുണ്ടോ?

എഴുത്തിനെ പേടിക്കുന്ന ലോകമാണ് ഇന്ന്. എഴുത്തിനെ ഭയപ്പെടുന്നവർ എഴുത്തുകാരെ ശത്രുക്കളായി കാണും. എഴുത്തുകാരന്റെ

വാക്കുകൾക്ക് ശക്തിചോർന്നുപോയിട്ടില്ല എന്നത് കാണുമ്പോൾ സന്തോഷം തോന്നുന്നുണ്ട്. ചെറിയൊരു സമൂഹമെങ്കിലും അതിനെ ചെവിയോർക്കുന്നുണ്ട്. വലിയ പ്രകോപനമുണ്ടാക്കുന്ന കാര്യങ്ങൾ പോലും പറയാനും എഴുതാനുമുള്ള സ്വാതന്ത്ര്യം നമ്മുടെ നാട് നല്കിയിരുന്നു. അതായത് സർഗ്ഗാത്മകയ്ക്ക് പറക്കാൻ വിശാലമായ ആകാശം ഉണ്ടായിരുന്നു. ദൈവത്തെയും ഭരണാധികാരികളെയും വിമർശിക്കാൻ ധൈര്യം കാണിച്ചവരാണ് നമ്മുടെ എഴുത്തുകാർ. ഇന്നതിന് അതിരുകൾ വന്നിരിക്കുന്നു. വ്യക്തിപരമായി ഭീരുക്കളാകും അവർ, പക്ഷേ, എഴുത്തുനല്കുന്ന ആത്മധൈര്യം അവരെ മുന്നോട്ടു നയിക്കും. അതിനും ഇക്കാലത്ത് പരിമിതികൾ വന്നു ചേരുന്നു. സഹിഷ്ണുത നഷ്ടപ്പെട്ട മനുഷ്യർക്ക് സാഹിത്യം ഉറ്റ ശത്രുവാകാനാണ് സാദ്ധ്യത. അതുകൊണ്ടാണ് മഹാഭാരതം എന്ന പേര് *രണ്ടാമൂഴം* സിനിമയാകുമ്പോൾ വന്നേക്കുമോ എന്നോർത്ത് ചിലർക്ക് ആശങ്കപ്പെടേണ്ടിവരുന്നത്. വാല്മീകിയുടെ മൗനത്തെ പൂരിപ്പിച്ച, *ചിന്താവിഷ്ടയായ സീത* എഴുതിയ കുമാരനാശാൻ ഇന്നാണ് ജീവിച്ചിരുന്നതെങ്കിൽ ഉറപ്പ്, കേരളത്തിലെ കൽബുർഗി ആയേനെ. *ഷാഖ* എഴുതിയ കാലം രണ്ടായിരത്തിന്റെ ആദ്യ വർഷങ്ങളിലാണ്. അന്ന് ഇത്രമാത്രം സമൂഹം ജാതിയിലും മതത്തിലും അമർന്നുപോയിട്ടില്ലായിരുന്നു. ചില സുഹൃത്തുക്കൾ ഷാഖ വായിച്ച് ഇത് പ്രശ്നമാകാൻ സാദ്ധ്യതയുണ്ടെന്ന് പറഞ്ഞു. പക്ഷേ, ഒന്നും സംഭവിച്ചില്ല.

ദൃശ്യമാധ്യമങ്ങളുടെ സ്വാധീനം കഥയിൽ പ്രകടമാകുന്നുണ്ടല്ലോ. ദൃശ്യങ്ങൾക്ക് പ്രാധാന്യം നല്കിയാണ് കഥാകൃത്തുക്കൾ രചനകളെ വിപുലപ്പെടുത്തുന്നത്. രചനയെ ദൃശ്യവല്ക്കരിക്കുന്ന സമീപനത്തെ എങ്ങനെ കാണുന്നു.

കഥകളിൽ ദൃശ്യസാദ്ധ്യതയെ പ്രയോജനപ്പെടുത്തുക എന്നത് വായനാസുഖം നല്കുന്ന ഒന്നായി തോന്നിയിട്ടുണ്ട്. വായനക്കാരനെ കഥയിലേക്ക് പിടിച്ചടുപ്പിക്കാൻ ദൃശ്യഭാഷ ഉതകും. വായനക്കാരന് കടന്നുപോകാൻ കഴിയുന്ന പരിചിതദൃശ്യങ്ങൾ ഉണ്ടാകും. എഴുത്തുകാരനും വായനക്കാരനും അവിടെവച്ച് കണ്ടുമുട്ടാനായാൽ കഥ ഹൃദയത്തിലേക്ക് കടക്കും. പുതിയലോകജീവിതം ദൃശ്യലോകവുമായി പരിചയപ്പെട്ടതാണ് എന്നത് മറ്റൊരു കാര്യം. ദൃശ്യസാദ്ധ്യതകളുടെ ലോകം വായനക്കാരനെ പുസ്തകങ്ങളിലേക്ക് കൊണ്ടുവരുമെന്നതിൽ സംശയമേതുമില്ല.

കഥയിൽ സ്ത്രീകഥാപാത്രങ്ങൾക്ക് പ്രാധാന്യം കൂടുതലാണല്ലോ. പല കഥകളും അവരിൽനിന്നു തുടങ്ങുകയോ അവസാനിക്കുകയോ ചെയ്യുന്നു.

കഥകളിൽ മാത്രമാണിത്. നോവലിൽ കുറവാണെന്ന് തോന്നുന്നു. പുതിയതായി എഴുതിയ *സ്റ്റാച്യു പി ഒ* എന്ന നോവൽ വായിച്ചിട്ട് പലരും

ഇതൊരു ആൺനോവലാണെന്ന് പറഞ്ഞിരുന്നു. സ്ത്രീകൾ അത്രമാത്രം കുറവാണതിൽ. കഥകളിൽ സ്ത്രീജീവിതത്തിന്റെ ചില ഭാഗങ്ങൾ പറഞ്ഞുപോയാൽ മതിയല്ലോ എന്ന സൗകര്യമുണ്ട്. സ്ത്രീജീവിതത്തെ ആവിഷ്കരിക്കൽ താരതമ്യേന ബുദ്ധിമുട്ടാണ് എനിക്ക്. ചിലത് എഴുതി എന്നേയുള്ളൂ. സ്ത്രീജീവിതത്തെ ആവിഷ്കരിക്കുന്ന കഥകൾ എഴുതാനുള്ള ആഗ്രഹം മനസ്സിലുണ്ട്.

ശരിയാണ്. ഞാനും ആ നോവലിന്റെ ആദ്യവായനക്കാരിൽ ഒരാളാണ്. തിരുവനന്തപുരത്തെ ജീവിതവും സൗഹൃദവുമൊക്കെയാണ് ആ നോവലിന്റെ ഉള്ളടക്കം. എന്നാൽ ഓരോ കഥാപാത്രങ്ങളിലും ഒരു നിഗൂഢതയുടെ രാഷ്ട്രീയവും അന്തരീക്ഷവും നിറഞ്ഞുനില്ക്കുന്നുണ്ട്. നോവലിലെ ലോഡ്ജ് ആധുനികോത്തര മനുഷ്യന്റെ മനസ്സുപോലെ ഇരുട്ടും ഇടവഴികളും ഇടർച്ചകളും നിറഞ്ഞുനില്ക്കുന്ന ഒരു സ്ഥലമായി രൂപപ്പെടുകയാണ്. ആ നോവലിന്റെ രചനാ പശ്ചാത്തലം?

തിരുവനന്തപുരം എന്റെ നഗരമാണ്. കഴിഞ്ഞ ഇരുപതുകൊല്ലത്തിലധികമായി ഞാനിവിടെ പതിവായി വന്നുപോകുന്നു. നഗരത്തിൽ ഇപ്പോഴും സ്ഥിരതാമസക്കാരനല്ല. വന്നുപോകുന്ന ആൾ, ഒരു കാഴ്ചക്കാരൻ. തിരുവനന്തപുരത്തെ തണലിട്ട വഴികൾ, ഭക്ഷണശാലകൾ, കൂട്ടംചേരാനുള്ള ഇടങ്ങൾ, പുസ്തകശാലകൾ, സൗഹൃദങ്ങൾ, സാഹിത്യസദസ്സുകൾ, പഴമയുടെയും പുതുമയുടെയും ഇടകലർപ്പുകൾ - എന്റെ ഹൃദയനഗരം. എവിടേക്കുപോയാലും എത്തിച്ചേരാൻ ആഗ്രഹിക്കുന്ന പ്രിയപ്പെട്ട ഇടം. തിരുവനന്തപുരത്തിന്റെ പശ്ചാത്തലത്തിൽ എഴുതിയതാണ് ഇപ്പറഞ്ഞ നോവൽ. നഗരത്തെ എന്റെ ഭാഷയിലേക്ക് വിവർത്തനം ചെയ്യാൻ ഏറെക്കാലമായി ആഗ്രഹമുണ്ടായിരുന്നു. അതിനുള്ള എളിയ ശ്രമംകൂടിയാണിത്. നഗരത്തിലെ ജീവിച്ചവരും മരിച്ചപോയവരുമായ സാധാരണക്കാർ, പ്രശസ്തരായ വ്യക്തികൾ, ലോഡ്ജുകൾ, സ്ഥാപനങ്ങൾ എന്നിവയൊക്കെ നോവലിലുണ്ട്. നിഗൂഢതയുള്ള കഥാപാത്രങ്ങൾ ചോദ്യത്തിൽ പറഞ്ഞപോലെ കുറച്ചുപേരുണ്ട്. പുതിയ കാലത്തെ മനുഷ്യരോടൊപ്പം ഇടപെടുമ്പോഴും ഒപ്പം സഞ്ചരിക്കുമ്പോഴുമെല്ലാം ഈ നിഗൂഢത നമ്മൾ അനുഭവിക്കുന്നുണ്ട്. ദുരൂഹരായ മനുഷ്യന്റെ മഹാസഞ്ചാരങ്ങളെ പുതിയ എഴുത്തുകാർ സുക്ഷ്മമായി പിൻപറ്റാൻ ശ്രദ്ധിക്കുന്നുണ്ട്.

ഭാവനയാണോ അനുഭവമാണോ കഥയുടെ നിർമ്മിതിയിൽ പ്രാധാന്യത്തോടെ വരുന്നത്. വ്യത്യസ്തമായ അഭിപ്രായങ്ങൾ ഇതുമായി ബന്ധപ്പെട്ടുവരുന്നുണ്ട്. ലാൽ എങ്ങനെയാണ് കഥയെ നിർവ്വചിക്കുന്നത്.

ഭാവനയ്ക്ക് അതിരുകളുണ്ട്. അരികുകളിലെ ചിത്രപ്പണിയുള്ള വസ്ത്രങ്ങൾ പോലെയാണ് ഭാവന. അതുകൂടിയുണ്ടെങ്കിലേ വസ്ത്ര

ങ്ങൾക്ക് ഭംഗിയുണ്ടാകൂ. എഴുത്തും ഒരു കരവിരുതാണല്ലോ. യാഥാർത്ഥ്യത്തോടൊപ്പം ഭാവനയെന്ന കരവിരുതുകൂടി ചേരുമ്പോഴാണ് എഴുത്തുപണി പൂർത്തിയാകുക. എന്നാൽ വസ്ത്രം കാണുമ്പോൾ ചിത്രപ്പണി മാത്രമായല്ല, വസ്ത്രത്തെ മൊത്തമായാണ് നമ്മൾ കാണുന്നത്. ചുരുക്കത്തിൽ യാഥാർത്ഥ്യവും ഭാവനയും ചേർന്നുള്ള ചിത്രപ്പണിയാണ് എഴുത്തെന്ന് പറയാം. പുതിയ നോവലിന്റെ എഴുത്തുമായി ബന്ധപ്പെട്ട് മനോരോഗാശുപത്രി ചിത്രീകരിക്കേണ്ട ആവശ്യമുണ്ടായി. ഭാവനാത്മകമായി ചിന്തിക്കുമ്പോൾ മുന്നിലേക്കു വരിക പലപ്പോഴും ചില സിനിമകളിലെ ദൃശ്യങ്ങളോ കേട്ടുകേഴ്വികളോ ആകും. മനോരോഗാശുപത്രിയിൽ കഴിഞ്ഞ ഒരാളുമായി സംസാരിച്ചു. അതിനകത്തെ കഥകൾ കേട്ടാൽ പലതും അവിശ്വസനീയമയായി തോന്നും. അവയെ ഭാവനകൊണ്ട് പൂരിപ്പിക്കാൻ നിന്നിരുന്നെങ്കിൽ നന്നാവുമായിരുന്നില്ല.

ജീവിതം നിരന്തരം പ്രശ്നസങ്കീർണ്ണമാകുകയാണ്. ആരും ആരെയും തിരിച്ചറിയുന്നില്ല. ഈ സാഹചര്യത്തിൽ സാഹിത്യത്തിനു പ്രത്യേകിച്ച് കഥകൾക്ക് നിലനില്പുണ്ടോ. വായിക്കാൻ സമയമില്ല എന്നു പറയുന്നവരുടെ ഇടയിൽ കഥയ്ക്ക് എന്താണ് പ്രസക്തി.

മുൻപ് എഴുത്തുകാരെ പുസ്തകങ്ങളിലൂടെയാണ് തിരിച്ചറിഞ്ഞിരുന്നത്, ഇന്ന് ടി വിയിൽ കണ്ടാണ് അറിയുന്നത്. പുസ്തകങ്ങളെ സ്നേഹിച്ചിരുന്നവരിൽനിന്ന് എഴുത്തുകാരെ സ്നേഹിക്കുന്ന സമൂഹത്തിലേക്ക് നമ്മൾ മാറി. എഴുത്തുകാരൻ ഒരു പബ്ലിക് ഫിഗറായി. ഈ പബ്ലിക് ഫിഗറിനെ സ്നേഹിക്കുന്നവർ അയാളുടെ ഒരു പുസ്തകം പോലും വായിച്ചിട്ടുമുണ്ടാവില്ല. എഴുത്തുകാരനായ ഒരു സുഹൃത്ത് ഈയിടെ പറഞ്ഞത് ഓർമ്മവരുന്നു. സുഹൃത്ത് ജോലിചെയ്യുന്നത് പത്രസ്ഥാപനത്തിലാണ്. അവിടെ പ്രസിദ്ധീകരണങ്ങൾ വായിക്കാൻ പാകത്തിൽ ഭംഗിയായി അടുക്കിവച്ചിട്ടുണ്ട്. സുഹൃത്തിന്റെ കഥ പ്രസിദ്ധീരണത്തിലൊന്നിൽ അച്ചടിച്ചുവന്നു. ഭംഗിയായി അടുക്കിവച്ചിരിക്കുന്ന പ്രസിദ്ധീകരണങ്ങളുടെ കൂട്ടത്തിൽ അതുമുണ്ട്. കൂടെ ജോലിചെയ്യുന്ന ഒരാൾപോലും അത് കാണുകയോ, വായിക്കുകയോ അതിനെപ്പറ്റി സംസാരിക്കുകയോ ചെയ്തില്ല. സുഹൃത്തിനോട് വിരോധമുണ്ടായിട്ടല്ല, അവർ കാണാതെ പോയതാണ്. എഴുത്തും വായനയും സജീവമായി നില്ക്കുന്ന ഇല്ലെങ്കിൽ നില്ക്കേണ്ടുന്ന ഒരിടത്തെ കാര്യമാണീ പറഞ്ഞത്. എങ്കിലും നിരാശപ്പെടേണ്ടതില്ല എന്നു തന്നെയാണ് കരുതുന്നത്.

ലാലിന്റെ ചെറുതായ കഥകളെല്ലാം വിമർശനത്തിന്റെ വിസ്ഫോടനങ്ങളാണ്. ജാതി, മതം, ജ്യോത്സ്യം, അരാഷ്ട്രീയത ഇവയൊക്കെ ഇവിടെ ആറ്റിക്കുറുക്കിയെടുത്ത് നിലംപരിശാക്കുന്നു. കഥയെ ചെറുപരുവത്തിലാക്കി സാമൂഹിക വിമർശനത്തിലേക്ക് എത്തിക്കാനുള്ള പ്രേരണയെക്കുറിച്ച് സൂചിപ്പിക്കാമോ?

സമൂഹത്തിന്റെ അപഭ്രംശങ്ങളെ കാട്ടിക്കൊടുക്കാൻ എഴുത്തുകാരന് ബാദ്ധ്യതയുണ്ട്. അതിനുള്ള ഉപകരണമായാണ് ഞാൻ ചെറിയ കഥകളെ കാണുന്നത്. ഏല്ക്കും എന്ന ആത്മവിശ്വാസമൊന്നുമില്ല. എങ്കിലും ചിലരെയെങ്കിലും അതു ചെന്ന് തൊടുന്നുണ്ട് എന്നറിയുമ്പോൾ സന്തോഷം തോന്നും. പുതിയ കാലത്തെ സാമൂഹ്യമാധ്യമങ്ങൾ ഇത്തരം ചെറിയ കഥകളെ വായനക്കാരിലെത്തിക്കുന്നതിന് വലിയ പങ്കുവഹിച്ചിട്ടുണ്ട് എന്നത് എടുത്തു പറയേണ്ടതുണ്ട്.

അപകടത്തിൽപ്പെട്ട് രക്തം വാർന്ന് മകൻ മരിച്ചെങ്കിലും അന്യമതസ്ഥരുടെ സഹായം വേണ്ടിവന്നില്ലല്ലോ എന്ന് ആശ്വസിക്കുന്ന ഒരാൾ ലാലിന്റെ കഥയിലുണ്ട്. സ്വന്തം മകന്റെ ജീവനേക്കാൾ പ്രാധാന്യം ജാതിക്കും മതത്തിനും നല്കുന്ന മനുഷ്യരുടെ ഇടയിലാണ് നമ്മൾ ഇന്ന് ജീവിക്കുന്നത്. ഇത്തരമൊരു ആപത്തിൽനിന്നും സമൂഹത്തെ രക്ഷപ്പെടുത്താൻ എഴുത്തിന്റെ രാഷ്ട്രീയത്തിന് കഴിയുമെന്ന് കരുതുന്നുണ്ടോ?

വളരെ വേദന തോന്നിയ സംഭവത്തിൽനിന്നും ഉണ്ടായ കഥയാണിത്. ഞങ്ങളുടെ നാടിനടുത്ത് വളരെ പുരോഗമനകാരിയായ ഒരാളുണ്ടായിരുന്നു. നാടിന്റെ ഉന്നമനത്തിനായി വളരെക്കാലം പ്രവർത്തിച്ച ആൾ. പിന്നീട് എന്തൊക്കെയോ അഭിപ്രായവ്യത്യാസംമൂലം അദ്ദേഹം വിശ്വസിച്ചിരുന്ന, പ്രവർത്തിച്ചിരുന്ന രാഷ്ട്രീയ പാർട്ടിയിൽനിന്നും അകന്നു. അദ്ദേഹത്തിന്റെ വീട്ടിൽ ഒരു മരണം നടന്നപ്പോൾ പുറത്ത് ഒരു ബോർഡ് വച്ചിരുന്നു- അന്യമതസ്ഥർ മൃതദേഹം കാണാതെ സഹകരിക്കണമെന്ന്. കേരളത്തിൽ ഇങ്ങനെപോയാൽ അധികം വൈകാതെ ഇത്തരം ബോർഡുകൾ പ്രത്യക്ഷപ്പെടുമോ എന്ന ഭയത്തിൽനിന്നാണ് ആ കഥ ഉണ്ടായത്. സമൂഹത്തിന്റെ വ്യതിയാനങ്ങളെ കാട്ടിക്കൊടുക്കാനേ എഴുത്തുകാരന് കഴിയൂ. കുറച്ചുപേരെങ്കിലും അതൊന്ന് കണ്ടിരുന്നെങ്കിൽ, തിരിച്ചറിഞ്ഞെങ്കിൽ എന്ന് ആഗ്രഹിക്കാനും.

കാരുണ്യ ഹോസ്പിറ്റൽ ഇപ്പോഴത്തെ സാഹചര്യത്തിൽ വീണ്ടും വായിക്കാവുന്ന രചനയാണ്. ഹോസ്പിറ്റലുകളുടെയും സ്ഥാപനങ്ങളുടെയും പേരും അവരുടെ പ്രവർത്തനങ്ങളും തമ്മിൽ യാതൊരു ബന്ധവുമില്ല. കാരുണ്യ ഹോസ്പിറ്റൽ കാരുണ്യരഹിതമായിട്ടാണ് പ്രവർത്തിക്കുന്നത്. ഇപ്പോഴത്തെ സംഭവങ്ങളും ഈ കഥയും തമ്മിൽ ബന്ധപ്പെടുത്തി വായിക്കാൻ കഴിയുമോ?

മറ്റുള്ളവരെക്കുറിച്ചുള്ള ചിന്ത നഷ്ടപ്പെട്ടുപോകുന്ന ലോകമാണിത്. തന്നെ മാത്രം ഉൾക്കൊള്ളുന്ന സെൽഫികൾ നിറഞ്ഞ ലോകം. മറ്റുള്ളവരെ കാഴ്ചയിൽനിന്നും മുറിച്ചുമാറ്റുകയോ തള്ളിനീക്കുകയോ ചെയ്യുന്നു. പൊതുവിദ്യാഭ്യാസത്തിന്റെ തകർച്ചയ്ക്ക് ഇതിൽ വലിയ പങ്കുണ്ടെന്നു തോന്നുന്നു. മതത്തിന്റെ വിവിധ ശ്രേണിയിലുള്ളവർക്കും ജാതിയിലുള്ളവർക്കും പഠിക്കാൻ ഇന്ന് പല സ്കൂളുകളാണല്ലോ. രണ്ടു

സ്കൂൾ കുട്ടികളെ ചതിയിൽപ്പെടുത്തുന്ന ഒരു ഡോക്ടറുടെ കഥയാണ് *കാരുണ്യ ഹോസ്പിറ്റലിലൂടെ* പറഞ്ഞത്. ആശ്വാസത്തിന്റെയും കാരുണ്യത്തിന്റെയും ധർമ്മസ്ഥാപനങ്ങളാകേണ്ടുന്ന സ്ഥാപനങ്ങൾ ധർമ്മം, കാരുണ്യം തുടങ്ങിയ വാക്കുകളൊക്കെ മറക്കുകയും പണം, ലാഭം എന്നിവ എഴുതിച്ചേർക്കുകയും ചെയ്യുന്നത് നമ്മൾ നിത്യേന കണ്ടുകൊണ്ടിരിക്കുന്നു.

"നാട്ടിടവഴിയിലൂടെ നടന്നുപോയ കഥ ഒടുവിൽ എറണാകുളം സൗത്തിൽ എത്തുന്നു. മഹാനഗരങ്ങൾ നമുക്കിന്ന് വളരെ ദൂരത്തല്ലല്ലോ-" ഒരു സമാഹാരത്തിന്റെ ആമുഖത്തിൽ ഇങ്ങനെ എഴുതുന്നുണ്ട്. നാട്ടുവഴിയിൽനിന്നു നഗരത്തിലേക്കുള്ള യാത്രപോലെ ലാലിന്റെ കഥയുടെ പ്രമേയവും വികസിച്ചുവരികയാണ്. ജനിച്ചുവളർന്ന നാട്ടിൽനിന്നും നഗരത്തിലേക്കുള്ള സാഹിത്യയാത്ര ഏറെ ദുഷ്കരമായിരുന്നോ?

എഴുത്തുകാരൊന്നും ഞങ്ങളുടെ നാട്ടിലില്ല. പരിചയവുമില്ല. പുസ്തകങ്ങളിലൂടെയുള്ള പരിചയമാണ്. കുട്ടിക്കാലത്ത് റഷ്യൻ കഥാപുസ്തകങ്ങൾ തുറന്നുതന്ന വിസ്മയമുണ്ട്. മനോഹരമായ ചിത്രങ്ങളോടുകൂടിയ പുസ്തകങ്ങൾ. പിന്നെ ഗ്രിമ്മിന്റെ കഥകൾ, ഈസോപ്പുകഥകൾ എന്നിങ്ങനെ. എഴുത്തിനെക്കുറിച്ചൊന്നും ഒന്നും അറിയില്ല. രണ്ടു കിലോമീറ്റർ അകലെയാണ് ഞങ്ങളുടെ സരസ്വതീവിലാസം ഗ്രന്ഥശാല. ഏതു പുസ്തവും എടുക്കാം വായിക്കാം. പുസ്തകചങ്ങാത്തമായിരിക്കണം എഴുത്തിനോടുള്ള മമത രൂപപ്പെടുത്തിയത്.

യൂണിവേഴ്സിറ്റി കോളേജിലെ ഡിഗ്രിപഠനമാണ് എഴുത്തിനെക്കുറിച്ച് പുതിയൊരു കാഴ്ചപ്പാട് നല്കിയത്. ആദ്യ കഥാസമാഹാരം കോട്ടയം കറന്റ് ബുക്സ് പുറത്തിറക്കി-*ഭൂമിയിൽ നടക്കുന്നു*. അത് അത്യാവശ്യം ശ്രദ്ധിക്കപ്പെട്ടു. നാടുമായി ബന്ധപ്പെട്ട കഥകളായിരുന്നു അതിൽ അധികവും. നഗരജീവിതവും മനുഷ്യന്റെ വൈരുദ്ധ്യം നിറഞ്ഞ ചിന്തകളും മാനുഷികത നഷ്ടപ്പെട്ട ലോകവുമെല്ലാം പിന്നീടുള്ള കഥകളിൽ കടന്നുവന്നിട്ടുണ്ട്. ലോകത്തോടൊപ്പം നമ്മളും മാറുകയും സഞ്ചരിക്കുകയും ചെയ്യുന്നുണ്ട്. എങ്കിലും ഗ്രാമത്തിന്റെ കഥകൾ പറയാനാണ് ഞാൻ ഇപ്പോഴും ഇഷ്ടപ്പെടുന്നത്.

കർണ്ണപർവ്വം വായിച്ചപ്പോൾ അത്ഭുതപ്പെട്ടുപോയ രണ്ട് കാര്യങ്ങൾ പറയാം. മലവെള്ളം കുത്തിവരുന്ന പുഴയിൽ അപ്പനെ ഒഴുക്കിക്കളയാൻ മക്കൾ ഒരുങ്ങുമ്പോൾ അപ്പൻ മോണകാട്ടി നിഷ്കളങ്കമായി ചിരിച്ചു എന്നു പറയുന്ന ഭാഗമാണ് ഒന്നാമത്തേത്. അപ്പനെ കാണാതായ വിവരം പള്ളീലച്ചനോട് പറയണമെന്ന് പറഞ്ഞപ്പോൾ ഒരു മകൻ പറഞ്ഞത് 'അച്ചനോട് പറേണതിന്റെ എടേല് ചിരിച്ചുപോവും' എന്നാണ്. സ്വന്തം മക്കളെയോർത്ത് നിഷ്കളങ്കമായി ചിരിക്കുന്ന അപ്പനും അപ്പന്റെ മരണം

ഫലിതമായി കാണുന്ന മക്കളും പുതിയ കാലത്തിന്റെ മുറിവുകളായി ശേഷിക്കുകയാണ്. കർണ്ണപർവ്വം എക്കാലത്തും ജീവിക്കുന്ന രചനയാണ്.

നല്ല വാക്കിന് നന്ദി. ഏറെപ്പേർക്ക് ഇഷ്ടപ്പെട്ട കഥയാണ് കർണ്ണ പർവ്വം. കർണ്ണനായി നാടകവേഷം അഭിനയിച്ച് കർണ്ണൻ സെബാസ്റ്റ്യൻ എന്ന് വിളിപ്പേര് വീണ ആളാണ് കഥയിലെ നായകൻ. വയസ്സാകുമ്പോൾ, കർണ്ണന്റെ നാടകം പുനരവതരിപ്പിച്ച് മക്കളെല്ലാം ചേർന്ന് അയാളെ നദി യിലേക്ക് ഒഴുക്കിവിടുന്നതാണ് കഥയുടെ കാതൽ. കർണ്ണപർവ്വം വായ നക്കാരെ ഇഷ്ടപ്പെടുത്തിയത്, നാടകത്തോടുള്ള ഗൃഹാതുരതകലർന്ന ഇഷ്ടമാണോ കഥയോടുള്ള ഇഷ്ടമാണോ എന്നറിയില്ല.

വാർദ്ധക്യത്തിന്റെ വിഹ്വലതകളെ നാടകീയമായി അവതരിപ്പിച്ച രചന യാണ് കർണ്ണപർവ്വം. നാടകീയമായിമാറുന്ന പുതുജീവിതത്തിന്റെ ആവി ഷ്കാരമാണ് ഈ കഥ. നാടകത്തിന്റെ മാർച്ചട്ടയും കവചകുണ്ഡല ങ്ങളുമണിഞ്ഞ് വാളുംപിടിച്ച് കവലയിൽ പ്രത്യക്ഷപ്പെടുന്ന കഥാപാത്രം ഒരത്ഭുതമായി നിലനില്ക്കുന്നു.

എന്റെ സമീപപ്രദേശമാണ് വെഞ്ഞാറമൂട്. ജി ശങ്കരപ്പിള്ള സ്ഥാപിച്ച കുട്ടികളുടെ നാടകവേദിയായ രംഗപ്രഭാത് അവിടെയാണുള്ളത്. അതു കൂടാതെ നിരവധി പ്രൊഫഷണൽ നാടകസംഘങ്ങൾ അവിടെ ഉണ്ടാ യിരുന്നു. മലയാള നാടകവേദിയിൽ പുതിയ അവബോധവുമായിട്ടാണ് ഇവയിൽ പലതും കടന്നുവന്നത്. സംഘചേതന, സൗപർണ്ണിക, സംസ് കൃതി, സംഘകേളി തുടങ്ങി നിരവധി സമിതികൾ. ഇവയിൽ പലതും ഇന്നും നിലനില്ക്കുന്നുണ്ട്. ആലുന്തറ കൊച്ചുനാരായണപിള്ള, പിര പ്പൻകോട് മുരളി, വെഞ്ഞാറമൂട് രാമചന്ദ്രൻ, ആലുന്തറ കൃഷ്ണപിള്ള, അശോക് ശശി തുടങ്ങിയ നാടകരംഗത്തെ പ്രമുഖർ ഞങ്ങളുടെ നാടു മായും ബന്ധപ്പെട്ടിരുന്നവരാണ്. ഇതിന്റെയൊക്കെ അനുരണനങ്ങൾ നമ്മ ളിലേക്കും എത്തുക സ്വാഭാവികമാണല്ലോ. അങ്ങനെയൊരു നാടകപ്രേമി എന്റെ ഉള്ളിലുമുണ്ട്. നാടകം കളിച്ചു ജീവിക്കുന്നവരുടെ ലോകം എനിക്കും പരിചിതമാണ്. അറിഞ്ഞുകൊണ്ട്, സ്വയം ആസ്വദിച്ചുകൊണ്ട് ആണ്ടിറങ്ങിപ്പോകുന്ന വലിയൊരു തുരങ്കംപോലെയാണത്. അതിന് പുറത്തേക്ക് വാതിലില്ലാത്ത തുരങ്കം. പിൻതിരിയലും പറ്റില്ല. നാടകം അങ്ങനെയൊരു ലോകമായി തോന്നും. നാടകം ജീവിതമാക്കിയ മനു ഷ്യന് വാർദ്ധക്യകാലത്ത് നേരിടേണ്ടി വരുന്ന ദുരിതകാലമാണ് കഥ യുടെ പ്രതിപാദ്യം.

ഭൂമിയിൽ കാലൂന്നിനില്ക്കുന്ന ഒരു കാഴ്ചക്കാരന് പറയാൻ കഴിയുന്ന ത്രയും പറയുന്ന എഴുത്തുകാരനാണ് ലാൽ. ഭൂമിയിൽ നടക്കുന്നു എന്ന സമാഹാരത്തിന്റെ പുറംചട്ടയിൽ ഇങ്ങനെ രേഖപ്പെടുത്തിയിട്ടുണ്ട്. ഭൂമി യിലെ പുതിയ കാഴ്ചകൾ ഭീതിപ്പെടുത്തുന്നതും അസ്വസ്ഥതപ്പെടുത്തു

ന്നതുമാണല്ലോ. ജീവിക്കാൻ കൊള്ളാത്ത ഒരിടമായി ഭൂമി മാറുകയാണോ?

മതവും ജാതിയും മുമ്പെന്നത്തേതിലുമധികം ശക്തിയാർജ്ജിച്ചു കഴിഞ്ഞു. അടുത്തിരുന്ന് പഠിച്ച കുട്ടിയുടെ ജാതിയെയോ മതത്തെയോ പറ്റി ഞങ്ങളുടെ തലമുറ ചിന്തിച്ചിരുന്നില്ല. ഭൂമിയെ ജീവിക്കാൻ കൊള്ളാവുന്ന ഇടമാക്കി മാറ്റുകയാണ് എഴുത്തുകാരന്റെ സ്വപ്നം. അവിടെ ഇന്ത്യയെന്നോ പാകിസ്ഥാനെന്നോ ഉള്ള അതിർവരമ്പുകൾപോലുമില്ല. ഓരോ എഴുത്തുകാരന്റെയും വ്യക്തിപരമായ സ്വപ്നമാണത്. അത് എഴുത്തിൽ പ്രതിഫലിക്കണമെന്ന നിർബ്ബന്ധമൊന്നുമില്ല, അങ്ങനെവന്നാൽ നന്ന്. വിപ്ലവകാരിയെയും പ്രതിലോമകാരിയെയും, യുക്തിചിന്തകനെയും അന്ധവിശ്വാസിയെയും, മതേതരനെയും മതഭ്രാന്തനെയും നമ്മൾ ഒരേ സമയം ഉള്ളിൽ വഹിക്കുന്നുണ്ട്. ഏതുസമയത്തും നമ്മളിൽനിന്നും ഇതിലൊരാൾ ഉയർന്നുവന്ന് നമ്മളുടെ ചിന്തയെയും പ്രവൃത്തിയെയും നിയന്ത്രിക്കും. വിട്ടുവീഴ്ചയ്ക്ക് തയ്യാറായ വർത്തമാനകാല മനുഷ്യന്റെ പുതിയ മുഖമാണിത്. ഇത്തരത്തിലുള്ള പുതിയ കാലത്തെ ഭൂമിയിലെ കാഴ്ചകൾ ധാരാളം വ്യാഖ്യാനങ്ങൾക്ക് ഇടം നല്കുന്നുണ്ട്. മലയാളത്തിൽ എഴുത്ത് പുതിയ ദിശകളിലേക്ക് സഞ്ചരിക്കുമെന്നാണ് എനിക്കു തോന്നുന്നത്. മനുഷ്യനന്മയുടെ പ്രകാശം ഒരാവരണംപോലെ എഴുത്തിലേക്ക് കടന്നുവന്നാൽ അത്രയും നന്ന് എന്നും ആഗ്രഹമുണ്ട്.

കുട്ടികൾക്കുവേണ്ടി എഴുതിയതിൽവെച്ച് വലിയ നോവലാണ് കുഞ്ഞുണ്ണിയുടെ യാത്രാപുസ്തകം. ആകാംക്ഷയും അന്വേഷണവും നിഷ്കളങ്കതയും ഈ നോവലിനെ ഉദാത്തതയിലേക്ക് എത്തിക്കുന്നു. കുട്ടികൾക്കുവേണ്ടി ഒരു വലിയ നോവൽ എന്ന നിലയിലേക്ക് എത്തിയതെങ്ങനെയാണ്.

നാട്ടിൻപുറത്തെ ജീവിതത്തിൽനിന്നും കിട്ടിയ ഒന്നാണ് നോവലിന്റെ പ്രമേയ പശ്ചാത്തലം. എന്റെ അപ്പൂപ്പൻ പറഞ്ഞ കഥയാണ്. അത് ഓർമ്മയിലും മറവിയിലുമായി പലപ്പോഴും നിവർന്നുവന്നു. ചില സുഹൃത്തുക്കളൊക്കെ അപ്പൂപ്പനെ കാണാൻ വരും. അവർ ഇരുന്ന് ചില പഴയ കാര്യങ്ങളൊക്കെ പറയും. ചില കാര്യങ്ങൾ നമ്മുടെ കാതിലും വന്നലയ്ക്കും. അപ്പൂപ്പൻ ഒരിക്കൽ പറഞ്ഞ കഥയിൽ കുറച്ചുവരികളേയുള്ളൂ. 'മണിമലക്കുന്നെങ്കേ, മാറാം കുന്നെങ്കേ, നിധിയിരിപ്പേ, നിധിയിരിപ്പേ'- മണിമലക്കുന്നും മാറാം കുന്നും ഞങ്ങളുടെ സമീപത്തുള്ള രണ്ടു കുന്നുകളാണ്. മണിമലക്കുന്നിൽ തിരുവിതാംകൂർ രാജാക്കന്മാരുടെ ഒരു കൊട്ടാരവുമുണ്ട്. മറുവശത്താണ് മാറാം കുന്ന്. ഈ രണ്ടു കുന്നുകളുമായി ബന്ധപ്പെട്ട പണ്ടെന്നോ പ്രചരിച്ച കഥയാണ് അപ്പൂപ്പൻ പാട്ടുരൂപത്തിൽ പറഞ്ഞത്.

ആഫ്രിക്കയിലൂടെയൊക്കെ ഇതിലെ കുഞ്ഞുണ്ണി എന്ന കഥാപാത്രം സഞ്ചരിക്കുന്നുണ്ട്. നോവലിന്റെ ഒരു ഭാഗത്തെ കഥ ആഫ്രിക്കയിലാണ് നടക്കുന്നത്. എഴുത്തുകാരൻ ആഫ്രിക്കയിലേക്ക് പോയിട്ടുമില്ല. ഇതെങ്ങനെ സാദ്ധ്യമായി?

ഫിക്ഷൻ എന്ന നിലയിൽ ആഫ്രിക്കയിലെ യാത്രയെ ഭാവന കൊണ്ട് മെനഞ്ഞെടുക്കാവുന്നതേയുള്ളൂ. പക്ഷേ, പഴയ കുട്ടികളോടല്ലല്ലോ കഥ പറയേണ്ടത്. ആഫ്രിക്കയിലെ ഏത് നഗരവും അതിലെ സഞ്ചാരപഥങ്ങളുമൊക്കെ ഗൂഗിൾ മാപ്പിലൂടെ ആർക്കും ലഭ്യമാകും. കഥയാണെങ്കിലും ആഫ്രിക്കയെക്കുറിച്ച് പറയുമ്പോൾ കാര്യങ്ങൾ വസ്തുനിഷ്ഠമാകണമെന്ന് ആഗ്രഹിച്ചു. അതിനായി ആഫ്രിക്കയിൽ പണ്ടുകാലത്ത് ജോലിചെയ്തിരുന്ന ചിലരെ കണ്ടെത്തി. അവരോട് സംസാരിച്ചു. അവരുടെ അനുഭവങ്ങളൊന്നും പുസ്തകത്തിലേക്ക് കടന്നുവന്നിട്ടില്ല. പക്ഷേ, അവിടത്തെ പ്രകൃതി, മരങ്ങൾ, മനുഷ്യർ, ആളുകൾ, സ്വഭാവരീതി ഇക്കാര്യങ്ങളൊക്കെ മനസ്സിലാക്കാനായി. എഴുത്തിനുള്ള ആത്മവിശ്വാസമായി അതു രൂപപ്പെട്ടു. യാത്രയുടെ മലയാളത്തിന്റെ കുലഗുരുവായ എസ് കെ പൊറ്റെക്കാടിന്റെ *കാപ്പിരികളുടെ നാട്ടിൽ*, *സിംഹഭൂമി* എന്നീ യാത്രാവിവരണങ്ങൾ നോവലിനെ ഒട്ടേറെ സഹായിച്ചു. എസ് കെ പൊറ്റെക്കാട് നോവലിലെ ഒരു കഥാപാത്രംകൂടിയാണ്.

കുഞ്ഞുണ്ണിയുടെ യാത്രാപുസ്തകം മലയാളത്തിന് അഭിമാനമായി മാറിയിരിക്കുന്നു. ലാലിന്റെ ഉള്ളിലെ ഭാവനാലോകത്തെ കേന്ദ്രസാഹിത്യ അക്കാദമി അംഗീകരിച്ചിരിക്കുന്നു. ഇനിയും ഭാവനയുടെ ലോകത്തേക്ക് കുട്ടികളെ നയിക്കുമെന്ന് പ്രതീക്ഷിക്കുകയാണ്. പുസ്തകത്തെക്കുറിച്ചുള്ള കുട്ടികളുടെ പ്രതികരണമെങ്ങനെയാണ്?

ആഗ്രഹമുണ്ട്. കുറച്ചുദിവസം മുൻപ് കല്പറ്റയിലെ എസ് കെ എം സ്കൂളിലെ കുട്ടികളോട് സംസാരിക്കാൻ അവസരം ലഭിച്ചിരുന്നു. ചിലർ പുസ്തകം വായിച്ചവരാണ്. അവർ സംശയങ്ങളൊക്കെ ചോദിച്ചു. എത്ര താല്പര്യത്തോടെയാണ് അവർ പുസ്തകത്തെ സമീപിച്ചിട്ടുള്ളത് എന്നത് എഴുത്തുകാരനെന്ന നിലയിൽ വലിയ സന്തോഷം നല്കി. മുതിർന്നവരിൽ ചിലർ കുഞ്ഞുണ്ണിയുടെ യാത്രാപുസ്തകത്തിന്റെ വലുപ്പം കുട്ടികളെ വായിക്കാൻ പ്രേരിപ്പിക്കില്ല എന്നൊക്കെയുള്ള സംശയങ്ങൾ എന്നോട് പലപ്പോഴായി പങ്കുവച്ചിരുന്നു. അതൊക്കെ അസ്ഥാനത്താണെന്ന് കുട്ടികളിൽ ചിലർ സംസാരിച്ചപ്പോൾ മനസ്സിലായി.

ബാലസാഹിത്യം മലയാളത്തിൽ സമ്പൂർണ്ണമായും പടർന്നുപന്തലിച്ച ഒരു മരമല്ല. എങ്കിലും അതിന്റെ കൊമ്പുകളിലും ഉദാത്ത രചനകളുണ്ടായിരുന്നു. പക്ഷേ, ഇടക്കാലത്ത് ഈ സാഹിത്യശാഖ വരണ്ടുതുടങ്ങിയിരിക്കുന്നു. എന്നാൽ ബാലസാഹിത്യം വീണ്ടും ശ്രദ്ധിക്കപ്പെടുകയാണോ?

കുട്ടികളെ താല്പര്യത്തോടെ വായനയിലേക്ക് കൊണ്ടുവരേണ്ട കാലമാണിത്. കുട്ടികൾ വായിച്ചാലേ നാളെയും നമ്മുടെ ഭാഷയിൽ എഴുതപ്പെടുന്നതും എഴുതിക്കഴിഞ്ഞതുമായ എന്തും വായിക്കപ്പെടുകയുള്ളൂ. ഇല്ലെങ്കിൽ അവയെല്ലാം അപരിചിതമായ ഭാഷയിൽ എഴുതപ്പെട്ട പ്രാചീന പുസ്തകങ്ങളായി മാറും. അതുകൊണ്ടുതന്നെ കുട്ടികളുടെ വായനയെ തൃപ്തിപ്പെടുത്തുന്ന, അവരെ സാഹിത്യത്തിലേക്ക് അടുപ്പിക്കുന്ന പുസ്തകങ്ങൾ മലയാളത്തിൽ ധാരാളമായി ഉണ്ടായേ മതിയാകൂ. ലബ്ധപ്രതിഷ്ഠരായ എഴുത്തുകാരുടെ സംഭാവന അക്കാര്യത്തിലുണ്ടായാൽ മലയാളത്തിലെ ബാലസാഹിത്യത്തിന് വലിയ തോതിൽ മാറ്റം സംഭവിക്കും. ബാലസാഹിത്യം എഴുത്ത് കൃത്യമായി ഇന്ന് സംവരണം ചെയ്യപ്പെട്ടതുപോലെയാണ് കാണുന്നത്. ഈ അവസ്ഥയ്ക്ക് മാറ്റമുണ്ടായാലേ ബാലസാഹിത്യത്തിന് നമ്മുടെ ഭാഷയിൽ സമ്പന്നമാകാൻ കഴിയൂ.

മുതിർന്നവർ കുട്ടികൾക്കുവേണ്ടി എന്ന വ്യാജേന മുതിർന്നവർക്കുവേണ്ടി എഴുതുന്നതാണ് ബാലസാഹിത്യം എന്ന് പറയാറുണ്ട്. ഇതിനെ മറികടക്കാൻ ലാലിന് കഴിഞ്ഞിട്ടുണ്ട്. കുട്ടികൾക്കുവേണ്ടിയുള്ള എഴുത്ത് പ്രയാസകരമാണോ?

തീർച്ചയായും പ്രയാസകരമാണ്. നമ്മുടെ ലോകം വലിയവരുടെ ലോകവുമായി പൊരുത്തപ്പെട്ടതാണ്. അതിന്റെ തോടിനെ പൊളിച്ചുകളയുക ബുദ്ധിമുട്ടാണ്. കുട്ടികളുടെ ചിന്തയിലേക്ക് നമ്മൾ ചെന്നെത്തേണ്ടി വരും പലപ്പോഴും. കുട്ടികളുടെ ഇഷ്ടാനിഷ്ടങ്ങൾ മനസ്സിലാക്കുന്നതും നല്ലതാണ്. ദൃശ്യഭാഷയോട് പൊരുത്തപ്പെട്ടവരാണ് പുതിയ കാലത്തെ കുട്ടികൾ. ദൃശ്യഭാഷ സമ്പന്നമായി ഉപയോഗിക്കാൻ പുസ്തകത്തിൽ ഞാൻ ശ്രമിച്ചിരുന്നു. മനുഷ്യരെപ്പോലെ ചിന്തിക്കുകയും പ്രവർത്തിക്കുകയും ചെയ്യുന്ന പട്ടികളൊക്കെ പുസ്കത്തിലുണ്ട്. അതൊക്കെ കുട്ടികൾക്ക് ഇഷ്ടമായി എന്നാണ് അവരോട് സംസാരിച്ചപ്പോഴൊക്കെ മനസ്സിലായിട്ടുള്ളത്.

വിശ്വസാഹിത്യം രചിക്കുന്നതിന് പ്രാപ്തി നേടുന്നതിന് തക്കമായ വിശാലമായ ഒരു പ്രതിസന്ധികളിലൂടെയും മലയാളി കടന്നുപോയിട്ടില്ല. യുദ്ധത്തിന്റെ തീക്ഷ്ണത, പ്രകൃതിദുരന്തങ്ങളുടെ ഭീകരത, കൊടിയ പകർച്ചവ്യാധികളുടെ നേർസാക്ഷ്യങ്ങൾ ഇതൊന്നും പരിചയിച്ച സമൂഹമല്ല നമ്മുടേത്. കിണറ്റിനകത്തെ മഴവില്ല് എന്ന കഥയിൽ ലാൽ ഇങ്ങനെ എഴുതുന്നുണ്ട്. മലയാളിയുടെ എഴുത്തിനെക്കുറിച്ചുള്ള ഒരു സ്വയം വിമർശം എന്ന രീതിയിൽ ഇതിനെ കണക്കാക്കാമോ?

ഇന്ത്യൻ ഭാഷകളിൽ വച്ച് മികച്ചതാണ് മലയാളത്തിലുണ്ടാകുന്നത്. പ്രത്യേകിച്ചും കഥയുടെ കാര്യത്തിൽ. മറ്റ് ഇന്ത്യൻ ഭാഷകളിൽനിന്നും

വിവർത്തനം ചെയ്യപ്പെട്ടുവരുന്ന പല കഥകളും അത്തരമൊരു ബോധമാണ് നമ്മളിൽ ഉണ്ടാക്കുക. മലയാളത്തിൽനിന്നും ലോകഭാഷകളിലേക്ക് ഏറ്റവും അധികം സഞ്ചരിച്ചത് തകഴിയുടെ കൃതികളാണെന്ന് തോന്നുന്നു. നമ്മുടെ ആചാരങ്ങളുടെയും വിശ്വാസങ്ങളുടെയും സാമൂഹിക കാഴ്ചപ്പാടുകളുടെയും വലിയൊരു അക്ഷയഖനിയാണ് തകഴിയുടെ സാഹിത്യം. അത്തരമൊരു പ്രാധാന്യമാണ് തകഴിക്കു കിട്ടിയത്. വിപുലമായ സാദ്ധ്യതകൾ ഇപ്പോഴും എഴുത്തിന്റെ മേഖലയിൽ തുറന്നു കിടപ്പുണ്ട്. അതിനെ ഭംഗിയായി ഉപയോഗിക്കുമ്പോഴാവും ലോകം വായിക്കുന്ന കൃതികൾ നമ്മുടെ ഭാഷയിൽനിന്നും ഉണ്ടാവുക. അതിനുള്ള നിലമൊരുക്കലോ പരിശ്രമങ്ങളോ ആണ് ഇന്നത്തെ എല്ലാ എഴുത്തുകാരും ചെയ്യുന്നത്.

ഇടതുപക്ഷവുമായി ബന്ധപ്പെട്ട പ്രസിദ്ധീകരണങ്ങളാണ് കേരളത്തിൽ ഏറ്റവും കൂടുതൽ ഇറങ്ങുന്നത്. പക്ഷേ, പാർട്ടി അംഗങ്ങളിൽ ഭൂരിപക്ഷവും ഇത്തരം പ്രസിദ്ധീകരണങ്ങൾ വായിക്കാറില്ല എന്ന വിമർശനവും ഉയരുന്നുണ്ട്. ഇത്തരമൊരു കേൾവിയുടെ പശ്ചാത്തലത്തിൽ ഗ്രന്ഥാലോകം മാസികയും ഗ്രന്ഥശാലപ്രവർത്തകരും തമ്മിലുള്ള ബന്ധം വിശകലനം ചെയ്യാമോ?

വായനയും അതു പങ്കുവയ്ക്കലും ചിന്തയുമൊക്കെ ഇടതുപക്ഷത്തിന്റെ ആശയപ്രചരണത്തിന്റെ ഭാഗമായിരുന്നു. കേരളത്തിൽ ഇത്രയധികം ഗ്രന്ഥശാലകളുണ്ടാകുന്നതിനും അത് കാരണമായിട്ടുണ്ട്. ആശയപ്രചരണത്തിനായി സ്ഥാപിക്കപ്പെട്ട ഗ്രന്ഥശാലകൾ, അവിടെ വരുത്തിയിരുന്ന പത്രമാസികകൾ, പുസ്തകങ്ങൾ, ചർച്ചകൾ ഇന്നുകാണുന്ന കേരളം സൃഷ്ടിച്ചതിൽനിന്നും ഇതിനെ മാറ്റിനിർത്താനാവില്ല. അതിന്റെ പിന്തുടർച്ചക്കാരാണ് കേരളത്തിലെ പുതിയ കാലത്തെ ഗ്രന്ഥശാലാ പ്രവർത്തകരും. അവർ എഴുത്തിനെയും വായനയെയും ഗൗരവത്തോടെ കാണുന്നുണ്ട് എന്നാണ് കരുതുന്നത്.

ഇപ്പോഴത്തെ പ്രത്യേക രാഷ്ട്രീയ സാഹചര്യത്തിൽ ഇടതുപക്ഷ ഗ്രൂപ്പ് കൂടുതൽ ശക്തിപ്പെടേണ്ടിയിരിക്കുന്നു. എന്നാൽ പു ക സ പോലുള്ള സാഹിത്യസംഘടനകൾ വളരെയ ചെറിയ സെമിനാറുകളും അനുസ്മരണങ്ങളുമായി നില്ക്കുകയാണ്. ഇടതുബോധമുള്ള ഒരെഴുത്തുകാരൻ എന്ന നിലയിൽ ഇടതുപക്ഷ സാംസ്കാരിക പ്രവർത്തനം കൂടുതൽ ശക്തപ്പെടണമെന്ന് ആഗ്രഹിക്കുന്നുണ്ടോ?

തീർച്ചയായും. ഇടതുബോധം സമൂഹത്തിൽ ആഴത്തിൽ വേരൂന്നേണ്ടുന്ന സമയമാണിത്. പഴയ ആശയദാർഢ്യത പുതിയ കാലത്തെ മനുഷ്യനുണ്ടോ എന്ന ഉൽക്കണ്ഠ എനിക്കുണ്ട്. ഇടതുപക്ഷമാകാൻ ഒരാൾക്ക് നിമിഷങ്ങൾ മതി, അതു ഉപേക്ഷിച്ചുപോകാൻ അതിലും

കുറച്ചു സമയവും. ഉടുപ്പുമാറ്റുംപോലെ എത്ര പെട്ടെന്ന് നമുക്കത് കഴിയുന്നു. നില്ക്കുന്ന ഇടം, അതിന്റെ വെല്ലുവിളികൾ, അതിനെക്കുറിച്ചുള്ള അവബോധം, ഇവയൊക്കെ പുതുതലമുറയ്ക്ക് പകർന്നുനല്കാൻ ഇടതുപക്ഷത്തിന് കഴിയണം. ഇടതുപക്ഷ സാംസ്കാരിക പ്രവർത്തനത്തിനും തീക്ഷ്ണമായ വെല്ലുവിളികൾ നേരിടേണ്ടിവരുന്ന കാലമായിരിക്കും വരാൻ പോകുന്നത്. ആ വെല്ലുവിളികളെ നേരിടാൻ സാംസ്കാരിക മേഖലയെ ശക്തിപ്പെടുത്തിക്കൊണ്ടേ കഴിയൂ- അത് അത്ര ലാഘവത്തോടെ ചെയ്തുതീർക്കാനാവില്ലെന്നതും വാസ്തവമാണ്. പക്ഷേ, രാഷ്ട്രീയപ്രവർത്തനമേഖലയേക്കാൾ എത്രയോ താഴെയാണ് നമ്മുടെ സാംസ്കാരിക പ്രവർത്തനമേഖലയ്ക്ക് ലഭിക്കുന്ന പരിഗണനയെന്നത് വിമർശനബുദ്ധിയോടെ കാണേണ്ടതാണ്. കേരളത്തിന്റെ സാംസ്കാരിക മൂലധനത്തെ ശക്തിപ്പെടുത്തിക്കൊണ്ടുമാത്രമേ ഇപ്പോഴത്തെ രാഷ്ട്രീയ സാഹചര്യങ്ങളെ പ്രതിരോധിക്കാനാവൂ. ഇല്ലെങ്കിൽ വലിയ വലിയ വിലകൊടുക്കേണ്ടിവരും കേരളത്തിന്.

www.ingramcontent.com/pod-product-compliance
Lightning Source LLC
LaVergne TN
LVHW041121150826
845673LV00007B/2146

* 9 7 8 9 3 8 7 8 4 2 3 7 3 *